भारतासमोरील प्रमुख आर्थिक प्रश्नांना थेट भिडणारे अर्थशास्त्रीय लघुनिबंध

डॉ. रूपा रेगे नित्सुरे

डायमंड पब्लिकेशन्स

वित्तार्थ

डॉ. रूपा रेगे नित्सुरे

Vittartha

Dr. Rupa Rege Nitsure

प्रथम आवृत्ती : सप्टेंबर, २०१६

ISBN : 978-81-8483-686-8

"First published by Diamond Publications, Pune"

मुखपृष्ठ

संदीप देशपांडे

अक्षरजुळणी

डायमंड पब्लिकेशन्स, पुणे

प्रकाशक

डायमंड पब्लिकेशन्स

२६४/३ शनिवार पेठ, ३०२ अनुग्रह अपार्टमेंट

ओंकारेश्वर मंदिराजवळ, पुणे-४११ ०३०

☎ ०२०-२४४५२३८७, २४४६६६४२

info@diamondbookspune.com

आई – पप्पांना...

प्रस्तावना

ढोबळमानाने आपण ज्याला 'अर्थकारण' म्हणून समजतो अशा विषयांवरील डॉ. रूपा रेगे नित्सुरे यांनी लिहीलेल्या सतरा लेखांचे हे संकलन. यातील बारा लेख त्यांनी लोकसत्तेच्या 'वित्तार्थ' या सदरासाठी लिहीले. पाच लेख गेल्या काही वर्षांतील विविध दिवाळी अंकांमध्ये प्रसिद्ध झाले आहेत.

ढोबळमानाने 'अर्थकारण' असा उल्लेख करण्याचे कारणही विशेष आहे. जवळपास सर्व लेख जरी अर्थकारणाशी निगडित असले तरी त्यातील चर्चेचा आवाका 'पर्यावरण' ते 'आनंदी समाज' एवढा व्यापक आहे. अनेकांमध्ये रुपयाचे मूल्य, महागाई, रिझर्व्ह बँकेचे पतधोरण, व्याजाचे दर असे त्या त्या वेळी (आणि बहुतेक वेळी हेच विषय चर्चेत असतात.) चर्चेत असलेले विषय आहेत. विषय नवीन नाहीत पण हाताळणी मात्र नवीन आहे. काही विषय तर असे आहेत की ते मराठी वाचकांसमोर सहज सुलभ भाषेत अभावानेच आणले जातात. हीच या संकलनाची बलस्थाने आहेत.

महागाई, रुपयाचे मूल्य, व्याजदर या 'नेमेचि येतो मग पावसाळा' सारख्या विषयांची गंमत अशी की, अशिक्षितांपासून ते अतिशिक्षितांपर्यंत सर्वांची त्याबाबत काही मते असतात. त्यांचा आपल्या रोजच्या जीवनावर आणि जमाखर्चाच्या ताळेबंदावर सतत बरा-वाईट (अनेकांच्या मते नेहमी वाईटच) परिणाम होत असतो. अर्थात, अशा बाबींवर मत असणे स्वाभाविक आहे. अर्थशास्त्र जाणणाऱ्यांची आणि अभ्यास करणाऱ्यांची खरी कसोटी इथे लागते. महागाईवर शोधनिबंध लिहीणारा अभ्यासक त्यामानाने सुरक्षित असतो. असे निबंध लिहीणारे, छापणारे आणि वाचणारे यांचे एक वर्तुळ असते. त्या वर्तुळात खपेल असे लिहीले की काम भागून जाते. अनेक अभ्यासक त्या वर्तुळाबाहेर कधी जात नाहीत.

रूपा रेगे त्या पंथातील नाहीत. आणि मराठी वाचकांना ही पर्वणी आहे. शोधनिबंध लिहीण्यात निष्णात असूनही केवळ तिथेच शोभेल अशी त्यांची लेखनशैली व मांडणी नाही. त्यांच्या लिखाणातील नवता या संकलनामध्ये आपल्याला जागोजागी दिसून

येईल. हाताशी असलेल्या सर्व विषयांतील मूलभूत अर्थशास्त्रीय संकल्पना त्या सहजपणे वाचकांसमोर मांडतात. संबंधित आकडेवारी जेवढी आवश्यक तेवढीच आणि संदर्भाला पूरक अशी असते. संकल्पना आणि आकडेवारी यांची संगती सामाजिक, राजकीय व संस्थात्मक परिघामध्ये त्या बसवतात. मराठी वाचकांना अशाप्रकारची मांडणी नवीन आहे अशी माझी धारणा आहे.

महागाई आटोक्यात येणे किंवा न येणे यामागे फक्त वित्त मंत्रालय आणि रिझर्व्ह बँक यांची धोरणे जबाबदार नसून, जागतिक घडामोडी, गरीब-श्रीमंत यांमधील दरी, दहा टक्के संघटितांचा नव्वद टक्के असंघटितांवर पडणारा सुप्त व प्रकट दबाव यांसारख्या अनेक रचनात्मक बाबींचा हातही असतो, हे या लेखांमधून प्रभावीपणे मांडलेले आहे; आज आपल्याला भेडसावणाऱ्या जवळपास सर्वच आर्थिक समस्यांमागची संस्थात्मक व रचनात्मक परिस्थिती या लेखांद्वारे आपल्यापुढे आलेली आहे. शेतमालाच्या बाजारपेठेची रचना ही शेतमालाच्या उत्पादनापेक्षाही जास्त महत्त्वाची असते हे आपल्याला अलीकडेच जाणवू लागले आहे. आर्थिक सुधारणा सर्वत्र सारख्या पोहोचत नाहीत यामागे गलथान प्रशासनाबरोबरच देशातील बँकिंगची संस्थात्मक रचनाही तितकीच कारणीभूत आहे, हे वास्तवही गेल्या काही वर्षांतच स्पष्ट झालेले आहे. प्रस्तुत संकलनातील लेख अशा प्रकारची अनेक ताजी आव्हाने वाचकांसमोर ठेवून त्यांना जुन्या आर्थिक समस्यांवर नव्याने विचार करायला उद्युक्त करतील, यात शंका नाही.

या संकलनाचे दुसरे बलस्थान म्हणजे जागतिक घडामोडींवर केलेले मराठी वाचकाला सहज समजेल असे विश्लेषण. ग्रीक महाकाव्यांचे गुणगान जगभरातील साहित्यप्रेमी सतत करीत असतात. ग्रीसमध्ये गेल्या काही वर्षांपासून ग्रीक शोकांतिकेलाही 'रडू फुटावे' असे आर्थिक थैमान सुरू आहे. युरोपीय महासंघाने या शोकनाट्याचा शेवटचा अंक होऊ द्यायचा नाही असा विडा उचलला आहे. प्रगत देशातील आर्थिक घडामोडींवर व हितसंबंधांवर प्रकाश टाकणारे लिखाणही आपल्याला इथे सापडेल. 'कोलगेट' किंवा '२-४ घोटाळे' फिके पडावे असे प्रकार युरोपात प्रत्यही घडत आहेत. त्यांना जाब विचारणारे कोण?

या पुस्तकाचे तिसरे बलस्थान म्हणजे विषयांची निवड. आपला देश आता जवळपास जागतिक महासत्तांच्या रांगेत येऊन ठेपलाच आहे अशी एक हवा निर्माण झालेली आहे. हे स्वप्नरंजन आहे की लवकर पूर्ण होणारी शक्यता आहे, याबाबत एखादा रघुराम राजन काही परखड बोलला तर ते गंभीरपणे ऐकून घेण्याची तयारी असलेले लोकही फार नाहीत. अशा वातावरणात 'आर्थिक महासत्ता' ही काय भानगड

आहे, आपण कुठवर पोहोचलो आहोत आणि पुढे कुठवर जाऊ शकतो, हे लेखिकेने उत्तम रीतीने, थंड डोक्याने मांडले आहे. योजना आयोग रद्दबातल करताना, राष्ट्रीयकृत बँकांच्या बुडीत कर्जांवर ताशेरे झोडताना आपण काही गोष्टी लक्षात घेतल्या नाहीत आणि त्यामुळे समाज काही महत्त्वाचे Skill-set जतन करू शकला नाही आणि हे नुकसान दूरगामी आहे याची जाण आपल्याला यातील काही लेखांमधून होते.

सहकार, सहकाराची चळवळ आणि सहकारी संस्था मराठी माणसाला नवीन नाहीत. या संस्थात्मक प्रकाराच्या उणिवांमागे राजकारणाचा अतिप्रभाव अशी आपली ठाम समजूत झालेली दिसते. या समजुतीला छेद देणारे विचार सहसा मांडले जात नाहीत. Prisoner's Dilema ही एक बहारदार पण मूळ गणिती ढाच्याची संकल्पना मांडताना लेखिकेने सहकार या संकल्पनेमागच्या मानवी प्रवृत्तींचा मागोवा घेतला आहे. माझ्या वाचनात या संकल्पनेवरील मराठीतील दुसरे लिखाण नाही.

या पुस्तकाबद्दल आणखी बरेच काही लिहीता येईल. ते सर्वच इथे सांगत बसलो तर पुस्तक वाचण्याचा तुमचा उत्साह कमी होण्याची शक्यता आहे.

शेवटी थोडेसे लेखिकेबद्दल. रूपा रेगे-नित्सुरे यांनी आजपर्यंत भारताच्या संस्थात्मक अर्थकारणात महत्त्वाचे आणि सक्रिय योगदान दिलेले आहे. अनेक महत्त्वाच्या धोरणविषयक समित्यांवर त्यांनी सदस्य म्हणून काम केलेले आहे. २०१४ पासून रिझर्व्ह बँकेने आपल्या धोरणात्मक बैठकीमध्ये आमूलाग्र परिवर्तन केलेले आहे. डॉ. उर्जित पटेल समितीच्या अहवालानंतर हे बदल अंमलात आणले जात आहेत. या नव्या रचनात्मक प्रयोगामध्येही लेखिकेचा सदस्य म्हणून सहभाग होता. याशिवाय शोधनिबंध वगैरेही बरेच काही त्यांच्या गाठीशी आहे. परंतु, त्यांच्या लिखाणात कुठेही या सर्वांचा पुसटसा उल्लेखसुद्धा नाही. त्यांची विद्वत्ता, बहुश्रुतपणा, व्यासंग, मराठी व इंग्रजी साहित्याचे वाचन हे सारे त्यांच्या लिखाणातून जाणवते - 'मी' पणाचा स्पर्शही नाही.

त्यांच्या तुलनेत माझा व्यासंग, अभ्यास व वाचन तुटपुंजेच. पदरी एकही पुस्तक नाही. तरीसुद्धा मला त्यांनी या संकलनाबद्दल लिहीण्याची विनंती केली. परस्परांवरील प्रेमादरापोटी, दुसरे काय! मी कृतज्ञपणे मैत्रीला जागलो. आपण पुस्तक अवश्य वाचा. मला न दिसलेली बलस्थाने या पानांमध्ये लपलेली आहेत याची मला खात्री आहे.

- अविनाश परांजपे

ज्येष्ठ शैक्षणिक व कॉर्पोरेट अर्थतज्ज्ञ

मान्यवरांचे शब्द

डॉ. रूपा रेगे नित्सुरे यांचे हे अर्थविषयक लेख म्हणजे एका क्लिष्ट विषयाच्या अनेक पैलूंचे अत्यंत रसाळ शैलीत केलेले अभ्यासपूर्ण विवेचन आहे. यात बाईंचे विषयावरचे प्रभुत्व तर ठायीठायी जाणवतेच, पण त्याचबरोबर त्यांचा मराठी भाषेवरचा ताबाही दिसून येतो. वानगीदाखल त्यांच्या लेखांची शीर्षके पहा – 'या नभाने या भुईला दान द्यावे' किंवा 'ओसाडछाया भिवविती हृदया' किंवा 'आग सोमेश्वरी, बंब रामेश्वरी...'

अर्थविषयक लिखाणात अशी काव्यमय भाषा फारच क्वचित आढळते. कदाचित त्यांचे कवितेवरचे प्रेम ह्याला कारणीभूत असावे. मराठी भाषेच्या आणि अर्थविषयाच्या अभ्यासकांसाठी हे ललित लेख म्हणजे एक पर्वणीच आहे.

श्री. य.मो.देवस्थळी,
अध्यक्ष, एल अ‍ॅन्ड टी फायनान्स होल्डिंग्ज्;
माजी प्रमुख वित्तीय अधिकारी, एल अ‍ॅन्ड टी लिमिटेड.

श्रीमती रूपा रेगे नित्सुरे, अर्थतज्ज्ञ यांनी 'वित्तार्थ' ह्या सदराखाली लोकसत्तामध्ये २०१५ या वर्षात लिहिलेले १२ लेख व त्यापूर्वी दिवाळी विशेषांकांत आणि मार्च २०१४मध्ये 'मिळून साऱ्याजणी' ह्या मासिकात लिहीलेला लेख अशा एकूण १७ लेखांचा हा संग्रह आहे. लेखिका स्वत: अर्थतज्ज्ञ असून, त्यांनी बँकिंग व वित्तीय क्षेत्रांमध्ये उच्च पदांवर काम केलेले आहे. त्यामुळे देशासमोरील विविध आर्थिक समस्यांचे विश्लेषण करताना व उपाययोजनांची समीक्षा करताना अर्थशास्त्रातील सिद्धान्त व प्रत्यक्ष अर्थ व्यवहारांचा अनुभव या दोन्ही बाबींचा प्रभाव दिसून येतो.

रिझर्व्ह बँकेचे वित्तीय धोरण, आर्थिक विकासातील सर्वसमावेशकतेचा अभाव, महागाईची विशेषत: अन्नधान्याच्या महगाईची बिकट समस्या, सरकारी बँकांच्या अडचणी, लागोपाठ तीन हंगामातील पिके दुष्काळाच्या कचाट्यात सापडल्यामुळे अर्थकारणावर होणारे विपरीत परिणाम, ग्रीसची समस्या, कॉर्पोरेट क्षेत्रातील संचालक मंडळांमध्ये महिलांचे नगण्य अस्तित्व, विदेशी चलनदारांचे व्यवस्थापन, भारत आर्थिक महासत्ता बनण्याच्या वाटेतील अडचणी, आर्थिक विकास व सामाजिक स्वास्थ्य आणि मुक्त अर्थव्यवस्थेतील नियोजनाची गरज, तसेच पर्यावरण व आर्थिक विकास यांचा निकटचा संबंध, अशा अनेकविध प्रश्नांवर त्यांनी वृत्तपत्राच्या सदरातील लेखांच्या मर्यादेत सखोल विवरण केले असून, भारतीय अर्थकारणातील स्थायी स्वरूपाच्या

त्रुटी व अडचणींपुढे सरकारी उपाययोजना पुरेश्या व्यापक व प्रभावी नसल्याची कठोर समीक्षाही केली आहे. त्यांचे विवरण व समीक्षा ही अर्थशास्त्रातील मूलभूत सिद्धान्तांच्या आधारावर केलेली असल्यामुळे एक-दोन वर्षांपूर्वी लिहीलेल्या लेखांचे ताजेपण कमी झालेले नाही. हा लेखसंग्रह अर्थशास्त्राशी संबंधित सर्व अभ्यासकांना उपयुक्त ठरेल असा विश्वास वाटतो.

श्री. शरद काळे,
अध्यक्ष, एशिअ‍ॅटिक सोसायटी व भूतपूर्व आयुक्त,
बृहन्मुंबई महानगरपालिका

वित्तार्थ ह्या अर्थविषयक लेखसंग्रहात, भारतीय अर्थव्यवस्थेशी निगडित अनेक बाबींवर, जसे की राष्ट्रीय उत्पन्नातील वाढ, चलनविषयक धोरण, बँकिंगक्षेत्रातील समस्या, कृषीमालाच्या किमती, रोजगार निर्मिती, इत्यादींवर सुबोध व सुस्पष्ट विवरण वाचावयास मिळते. खरेतर ह्या बाबींवर, काही ना काही रोजच्या वर्तमानपत्रांमधून लिहून येतच असते. मात्र, सर्वसामान्य वाचकांना ह्या आर्थिक बाबींची पार्श्वभूमी तसेच सूक्ष्मभेद समजावून देण्याचे काम एखाद्या कार्यकुशल अर्थतज्ज्ञाने करणे गरजेचे असते. माझ्या मते, डॉ. रूपा रेगे नित्सुरे ह्यांनी हे काम अतिशय गौरवास्पद पद्धतीने पार पाडले आहे.

डॉ. नीळकंठ रथ,
ज्येष्ठ अर्थतज्ज्ञ व भूतपूर्व संचालक,
गोखले अर्थशास्त्र संस्था, पुणे

अर्थशास्त्रातल्या कठीण गोष्टी सोप्या करून सांगण्याची हातोटी महाराष्ट्रातल्या निवडक अर्थतज्ञांकडे आहे. सहज विचार केला तर धनंजयराव गाडगीळ, वि. म. दांडेकर, स. ह. देशपांडे आणि नरेंद्र जाधव अशी नावे माझ्या मनात येतात. रूपा नित्सुरेंनी लिहिलेले हे लेख याच परंपरेचा एक भाग आहेत. अर्थशास्त्राचे सखोल ज्ञान असलेली व्यक्तीच इतक्या सहजतेने आणि स्पष्टपणे विषयाची मांडणी करू शकते आणि रूपाकडे हे दोन्ही गुण आहेत. प्रत्येक सुजाण नागरिकाने हे पुस्तक वाचायलाच हवे.

श्री निरंजन राजाध्यक्ष,
ज्येष्ठ अर्थतज्ज्ञ व वृत्तपत्रकार,
मिंट वृत्तपत्राचे कार्यकारी संपादक

मनोगत

भारतीय अर्थव्यवस्थेशी निगडित महत्त्वाच्या बाबींवर लघुनिबंध लिहिण्याची माझी इच्छा लोकसत्तेच्या 'वित्तार्थ' ह्या मासिक सदराने पूर्ण केली. अर्थात, ह्याचे संपूर्ण श्रेय लोकसत्तेच्या संपादकांना श्री. गिरीश कुबेर ह्यांना जाते, ज्यांनी मला ही संधी दिली. हे सदर लिहिण्यापूर्वी, गेल्या काही वर्षांत मी वृत्तपत्रांसाठी तसेच नवभारत, मौज, हेमांगी, कालनिर्णय, मिळून साऱ्याजणी वगैरेंच्या दिवाळी अंकांसाठी व इतर विशेषांकांसाठी, आर्थिक बाबींवर मराठीमधून फुटकळ लिखाण केले होते. पण सदरासाठी लिहिताना ह्या प्रयत्नांना अधिक शिस्त आली. 'द इकॉनॉमिस्ट' हे लंडनहून प्रसिद्ध होणारे साप्ताहिक अनेक वर्षांपूर्वी 'स्कूल ब्रीफ्स' नावाचे सदर चालवायचे. त्यामधून तात्कालिक आर्थिक बाबींवर भाष्य तर केले असायचेच, पण त्या निमित्ताने त्यामागची सैद्धान्तिक बैठक व संकल्पना उत्तम पद्धतीने समजावून दिलेल्या असायच्या. शिकण्याच्या वयात मला ह्या सदराचा खूप फायदा झाला. मी व्यावहारिक अंगाने अर्थशास्त्राकडे बघायला शिकले. ह्या धर्तीवर आपण मराठीतून काम केले पाहिजे असे वाटायचे. ही इच्छाही वित्तार्थ मुळे बऱ्याच अंशी पूर्ण झाली.

ह्या पुस्तकातील १२ लेख हे वित्तार्थ सदरासाठी २०१५ साली लिहिलेले असून उर्वरित ५ लेख हे २०११ ते २०१४ ह्या काळात निरनिराळ्या दिवाळी अंकांसाठी लिहिलेले आहेत. मात्र ह्यात चर्चिलेल्या आर्थिक समस्यांची अन्वर्थकता (Relevance) अजूनही जाणवते, एवढेच नव्हे तर त्यांची उग्रता वाढल्याचेही दिसून येते.

'नवी विटी, नवे राज्य, दांडू मात्र तोच जुना' ह्या लेखात चर्चिलेली सरकारी बँकांची परिस्थिती, नव्या सरकारने ज्ञान-संगमाच्या दोन फेऱ्या करून, तसेच मोठमोठ्या घोषणा करूनही अजिबात बदललेली नाही. प्रश्न व्यवस्थापकीय स्वायत्ततेचा असो किंवा नेतृत्व वा मनुष्य-बळाच्या अभावाचा असो, कुठलीही क्रांतिकारी उपाययोजना, ह्या मूलभूत समस्यांसाठी अद्यापही करण्यात आलेली नाही. ह्या बँकांमधील बुडीत

कर्जांचे प्रमाण, जे मार्च २०१५मध्ये ५.४३% होते, ते मार्च २०१६पर्यंत व ९.६% एवढे वाढले आहे. तसेच हे दाखविण्यात आलेले प्रमाण आहे. प्रत्यक्षातील पीडित कर्जे ह्यापेक्षा कितीतरी प्रमाणात अधिक आहेत, हे रिझर्व्ह बँकेपासून ते सामान्य बँक कर्मचाऱ्यांपर्यंत सर्वांना माहीत असलेले सत्य आहे. वेळोवेळी सरकारी बँकाना अधिकाधिक भांडवल पुरविण्याच्या घोषणा करायच्या व आजचे मरण उद्यावर ढकलायचे हा पूर्वापार चालत आलेला प्रकार अजूनही सर्रास चालू आहे. जोपर्यंत ह्या बँकांचे बिझनेस मॉडेल धंद्याच्या दृष्टीने स्वयंनिर्वाही बनविण्याचे स्वातंत्र्य त्यांना देण्यात येत नाही, तोपर्यंत त्यांची परिस्थिती सुधारणार नाही हे सर्व तज्ज्ञांना माहीत आहे. मात्र, हे पाऊल उचलण्याचे राजकीय धैर्य, बहुमतात निवडून आलेल्या नव्या सरकारला अजूनही दाखविता आलेले नाही.

'आग सोमेश्वरी, बंब रामेश्वरी' ह्या लेखात चर्चिलेली सुलभ पैसाकरणाची प्रक्रिया, जी २००८च्या वित्तीय अरिष्टांनंतर, जगातील प्रगत देशांच्या केंद्रीय बँकानी जोरदारपणे सुरू केली होती, ती गेल्या काही महिन्यांत पुन्हा उसळली आहे. गेल्या ८ वर्षांच्या अनुभवातून हे पुन्हा एकदा स्पष्टपणे दिसून आले आहे की, जसे केंद्रीय बँकांनी निर्माण केलेल्या पैशांतून कंपन्यांचा किंवा बँकांचा बिनसलेला ताळेबंद दुरुस्त होऊ शकत नाही तसेच राजकोशीय परिस्थितीही (Fiscal Finances) सातत्याने सुधारू शकत नाही. मात्र, अल्प काळासाठी का होईना, वित्तीय बाजारांना स्थैर्य देण्याच्या दृष्टीने ही उपाययोजना उपयोगी पडू शकते. पण ती वेळीच आटोक्यात आणली नाही, तर अती पैशांमुळे खालावलेले व्याजाचे दर व अव्वाच्या सव्वा उसळलेल्या शेअर्स व रोख्यांच्या किमतींमुळे वित्तीय बाजार तेजीत जातात, अर्थव्यवस्थेबाबत चुकीचे संकेत मिळत रहातात व ह्यातून वित्तीय बाजार कोसळण्याची तसेच विदेशी विनिमय दरात मोठे चढ-उतार होण्याची संभाव्यता वाढते. दुर्दैवाने ब्रिटनच्या युरोपीय संघातून बाहेर पडण्याच्या सार्वमतानंतर (ज्याला ब्रेक्झिट म्हणण्यात येते), पुन्हा एकदा सुलभ पैसाकरणाच्या प्रक्रियेने प्रगत देशांमध्ये जोर धरला आहे. भारतासारख्या विकसनशील देशांमध्ये, जून-जुलै, २०१६ पासून जोरदारपणे विदेशी चलनाचे ओघ येऊ लागले आहेत. शेअर मार्केटमध्ये तसेच सरकारी रोख्यांच्या बाजारात नव्याने तेजी आली आहे. विनिमय दराचे अधिमूल्यन होते आहे. पण ह्या सगळ्यामुळे ना भारतीय वस्तूंसाठीची मागणी वाढते आहे ना उत्पादन क्षेत्रातील गुंतवणूक. त्यामुळे वित्तीय बाजार व उत्पादनक्षेत्रांमधील दरी पुनश्च वाढत चालली आहे. देशाच्या आर्थिक स्थैर्यासाठी हे नक्कीच हितावह नाही.

'महागाईरूपी महामाया' ह्या लेखात प्रामुख्याने अन्न-धान्यातील महागाईचा विचार करण्यात आला आहे. ज्या राजकीय कारणांमुळे ही महागाई बोकाळली होती त्यांपैकी दोन महत्त्वाची कारणे म्हणजे किमान पुरवठा किमतींमधील भरमसाठ वाढ तसेच ग्रामीण भागातील मजुरीचे अव्वाच्या सव्वा वाढविलेले दर ह्या दोन्ही गोष्टींवर नवीन सरकारने (आत्तापर्यंत तरी) बऱ्यापैकी नियंत्रण ठेवले आहे. मात्र, कृषी उत्पन्न बाजार समिती कायद्यामुळे होणारी शेतकऱ्यांची तसेच ग्राहकांची गळचेपी, वायदे-बाजार किंवा निर्यात-योग्य वस्तूंबाबतची सतत बदलणारी धोरणे अद्यापीही तशीच आहेत. बाकी मान्सूनवरील अतिरिक्त अवलबत्व कमी करण्यासाठी तसेच कृषी-क्षेत्राची उत्पादकता वाढविण्यासाठी ज्या प्रयत्नांची गरज आहे ते अनंत काळासाठी करावे लागतील अशीच परिस्थिती आहे. जे ७० वर्षांत जमले नाही ते २ वर्षांत कसे जमणार? मात्र, ह्या लेखात, ह्या सर्व बाबींचे अतिशय विस्तृत असे विवरण मिळू शकेल.

'या नभाने या भूईला दान द्यावे' ह्या लेखात, गेल्या १२-१३ वर्षांतील मान्सूनचा व कृषी क्षेत्रातील उत्पादनाचा इतिहास, एल् निनोमुळे उद्‌भवणारी गंभीर परिस्थिती, कृषीक्षेत्राची उत्पादकता वाढविण्यासाठी आवश्यक असलेल्या ठोस व सततच्या प्रयत्नांऐवजी दुष्काळाचे करण्यात येणारे राजकारण, बँकांवर लादण्यात येणारी कर्जमाफी अशा अनेक बाबींचे विश्लेषण केले आहे. हा लेख २०१५-१६ ह्या वर्षातील दुष्काळ जाहीर होण्यापूर्वी लिहिलेला आहे. दुर्दैवाने २०१५-१६ ह्या वर्षीसुद्धा पाऊस पुरेसा न पडल्यामुळे व त्याचे निरनिराळ्या महिन्यांतील तसेच प्रांतातील विभाजन विषम असल्यामुळे लागोपाठ तिसऱ्या वर्षी अपुऱ्या पावसाची परिस्थिती, आपल्या देशासाठी निर्माण झाली. पाण्याचे साठे कमालीचे आटले व दशकातल्या नीचतम पातळीवर जाऊन पोहोचले. ह्या वर्षी, म्हणजे २०१६-१७ साली, जरी पावसाचे प्रमाण व विभाजन (आत्तापर्यंतचे) समाधानकारक असले, तरीही एका वर्षातील समाधानकारक वृष्टीमुळे कृषीक्षेत्राच्या समस्या आटोक्यात येणाऱ्या नाहीत. सातत्याने गेली ४-५ वर्षे ह्या क्षेत्राची उत्पादकता, प्रत्यक्ष उत्पादन, पिकांसाठीचे एकरी क्षेत्रफळ इत्यादींमधील वाढ मर्यादित राहिली आहे. शेतकरी खूप मोठ्या प्रमाणात कर्जबाजारी झाले आहेत. आंध्रप्रदेश, तेलंगणा, कर्नाटक व राजस्थान येथील शेतकऱ्यांचा कर्जबाजारीपणा सर्वाधिक आहे. ह्या सर्व परिस्थितीमधून बाहेर यायचे असेल तर कमीतकमी अजून दोन वर्षे तरी पाऊस पुरेशा प्रमाणात व विशेष करून जल-सिंचनाचे प्रमाण कमी असलेल्या राज्यांमध्ये (उदा., महाराष्ट्र, छत्तीसगढ,

मध्य प्रदेश, कर्नाटक, ओडिशा, गुजरात इत्यादींमध्ये) पुरेसा पडला पाहिजे. दुर्दैवाने ही राज्ये डाळी, तेलबीया ह्यांच्या उत्पादनात अग्रेसर आहेत. इथेच जर पाऊस पुरेसा झाला नाही तर त्यातून अन्न-धान्य महागाई भडकण्याची संभाव्यता वाढते, हे आपण अनेकदा अनुभवले आहे.

'खाणीत कोळसा, जगाला वळसा' ह्या लेखात भारताच्या कोळसा क्षेत्रातील घडामोडी व धोरणे ह्यावर विस्तृत चर्चा केली आहे. आपल्या देशात कोळशाचा उपलब्ध साठा भरपूर प्रमाणात असल्यामुळे, ऊर्जानिर्मितीसाठी आपण खूप मोठ्या प्रमाणात कोळशावर अवलंबून आहोत. पण आधीच्या राजवटीत झालेल्या महाघोटाळ्यांमुळे, खूप दीर्घ काळासाठी कोळशाचा तुटवडा निर्माण झाला होता व त्यामुळे वीजनिर्मिती तसेच पोलाद क्षेत्रे अक्षरश: ठप्प झाली होती. मात्र, मोदी सरकारने झपाट्याने केलेल्या कारवाईमुळे गेल्या दोन वर्षांत, 'कोल इंडिया' ह्या कंपनीचे उत्पादन (जी भारतात निर्माण होणाऱ्या कोळशापैकी ८०% एवढा कोळसा बनवते) ७.४ कोटी टनांनी वाढले व ठप्प झालेल्या वीजनिर्मिती तसेच पोलाद क्षेत्रांचे चलनवलन काही प्रमाणात का होईना सुरू झाले. मात्र, ह्या क्षेत्राशी संबंधित रचनात्मक समस्या अजूनही तितक्याच उग्र आहेत व त्यांचा पूर्ण अंदाज येण्याच्या दृष्टीने हा लेख उद्‌बोधक ठरू शकेल.

विदेशी चलन दराच्या व्यवस्थापनावरील लेख तसेच पतधोरणावरील लेख, हे भारतीय रिझर्व्ह बँकेने गेल्या अनेक वर्षांत, ह्या दोन बाबी कोणत्या पद्धतीने हाताळल्या ह्यांवर झोत टाकतात. ह्या लेखांमध्ये, ह्या मागची सैद्धान्तिक व व्यावहारिक परिदृश्ये (perspectives) तर विशद केली आहेतच पण इतर देशांचे ह्याबाबतीतील अनुभवही मांडले आहेत, ज्यातून आपण महत्वाचा बोध घेऊ शकतो.

सध्या डॉ. रघुराम राजन ह्यांनी गव्हर्नरपदाची मुदतवाढ नाकारल्यामुळे, प्रसार माध्यमांच्या कुटाळक्यांना जोर आलाय. डॉ. राजन व वित्त मंत्रालय ह्यांच्यातील बेबनावावर कीस पाडला जातोय. मात्र, आपल्या देशाचा आर्थिक इतिहास लक्षात घेतला तर अशाप्रकारचे ताणतणाव रिझर्व्ह बँक व वित्त मंत्रालयामध्ये नेहमीच राहिल्याचे दिसून येते.

डॉ. राजन ह्यांनी रिझर्व्ह बँकेचे गव्हर्नर म्हणून २०१३ सालच्या सप्टेंबरमध्ये जबाबदारी स्वीकारल्यानंतर, महागाई नियंत्रणास सर्वाधिक महत्त्व दिले, केंद्रीय बँकेसाठी महागाईची निश्चितपणे टार्गेट्स ठरवली व आखून घेतलेल्या ठरावीक मुदतीत तंग पतधोरणाच्या योगे, ही टार्गेट्स (आत्तापर्यंत तरी) यशस्वीपणे गाठली हे

सर्वज्ञात आहे. ह्यामुळे निश्चितपणे बचतदर सुधारला, सोन्याची आयात बऱ्याच प्रमाणात घटली व एकूणच अर्थव्यवस्थेची आर्थिक सुरक्षितता वाढली. इथे हे लक्षात घेतले पाहिजे की, सरकारच्या पाठिंब्याशिवाय, डॉ. राजन हे साध्य करू शकले नसते. फेब्रुवारी, २०१५मध्येच रिझर्व्ह बँक व भारतीय सरकारने, रिझर्व्ह बँकेने सुचविलेल्या पतधोरणाच्या साच्यासंबंधी एकत्र करार केला होता. त्या कराराशी एकनिष्ठ राहून, भारतीय सरकारने ५ ऑगस्ट, २०१६ रोजी रिझर्व्ह बँकेने सुचविलेले महागाईचे उद्दिष्ट (४% अधिक/उणे २%) पुढील ५ वर्षांकरता स्वीकारल्याचे जाहीरपणे सांगितले आहे. ह्यातून पतधोरणातील सातत्य टिकवून धरण्याचा सरकारचा मानस स्पष्टपणे दिसून येतो. माझ्या मते, मोदी सरकारने ज्या काही चांगल्या गोष्टी केल्या आहेत, त्यातील ही एक महत्त्वाची बाब आहे. ह्यापुढेही रिझर्व्ह बँकेची ह्या बाबतीतील स्वायत्तता व कृतीस्वातंत्र्य अबाधित ठेवण्याकडे सरकारचा कल राहील, असा विश्वास ह्यातून निर्माण होतो.

'अडला युरोप, ग्रीसचे पाय धरी' ह्या लेखात, ग्रीसच्या दिवाळखोरीमुळे झालेली युरोपीय संघाची कोंडी व हतबलता चर्चिलेली आहे. तसेच भाषा, चालीरिती व संस्कृती सर्वस्वी भिन्न असलेल्या ह्या २८ देशांच्या आर्थिक एकत्रीकरणाचा पाया डगमगीत करणाऱ्यात कारणांचा वेधही घेतला आहे. २३ जून, २०१६च्या ब्रेक्झिट सार्वमतानंतर तर हा पाया अजूनच खचला आहे. आर्थिक शिस्तीला, काटकसरीच्या उपाययोजनांना तसेच इतर देशांमधून होणाऱ्या स्थलांतराला सातत्याने विरोध करणाऱ्याच ग्रीस, इटली, स्पेन, पोर्तुगाल, सायप्रस, माल्टा ह्या देशांतील नेत्यांनी पुनश्च बंडखोरीचा झेंडा फडकावला आहे. युरोपीय संघातील खुल्या बाजारपेठांसाठी, सभासद देशांमधील परस्पर सहकारासाठी तसेच संघातील स्थैर्य व शांतीसाठी नवीन आव्हाने निर्माण झाली आहेत. ह्या पार्श्वभूमीवर, 'अडला युरोप, ग्रीसचे पाय धरी' ह्या लेखातील धांडोळा, युरोपीय संघाची अंत:स्थिती समजून घेण्यास उपयोगी ठरेल.

कालनिर्णयच्या २०१२ सालच्या दिवाळी अंकासाठी लिहिलेला ''अर्थशास्त्र व प्रिझनर्स डायलेमा'' हा लेख 'प्रिझनर्स डायलेमा' ही महत्त्वाची अर्थशास्त्रीय संकल्पना, उद्योग व आर्थिक व्यवहारांत सहकार व स्पर्धा ह्यातील समतोल राखून डावपेच आखण्याकरिता कशी वापरली जाते, हे विशद करतो. कंपन्यांसाठी दूरगामी व्यूहरचना करणाऱ्यास अर्थशास्त्राच्या अभ्यासकांना हा लेख उपयोगी ठरू शकतो.

'ओसाडछाया, भिवविती हृदया...' हा लेख, आपल्या देशाची गेल्या दोन दशकांतील आर्थिक प्रगती, दारिद्र्य व पर्यावरण ऱ्हासाचे दुष्टचक्र भेदण्यात कशी

अपयशी ठरली आहे, हे सोदाहरण दाखवतो. तसेच पर्यावरण हानीच्या प्रक्रियेस अवरोध करण्यासाठी अत्यंत कठोर अशा ज्या आर्थिक, कायदेशीर व सामाजिक उपाययोजनांची आपल्याला गरज आहे, त्यांचे सविस्तर विश्लेषण करतो. 'अर्धी बाजू रिकामीच' हा लेख कॉर्पोरेट क्षेत्रातील लैंगिक विषमतेवर झोत टाकतो. अगदी अमेरिका, ऑस्ट्रेलिया, जर्मनी सारखे प्रगत देशही ज्याला अपवाद नाहीत, तिथे भारतासारख्या सरंजामी पद्धत रक्तात मुरलेल्या देशाची काय कथा? ह्या दोन्हीही लेखांच्या विषयाची अन्वर्थकता (relevance), आपल्याकरिता अनंत काळासाठी टिकून राहणार आहे, ह्यात काहीही शंका नाही.

मिळून साऱ्याजणीच्या मार्च, २०१४च्या स्त्री-विशेषांकात प्रसिद्ध झालेला 'आर्थिक मंदी व स्त्रिया - एक सम्यक दर्शन' हा लेख आर्थिक घसरणीचा व मंदीचा सर्वांत जास्त फटका मुलींना व स्त्रियांना कसा बसतो, हे दाखवतो. २००८ पासून सुरू झालेल्या जागतिक पातळीवरील, आर्थिक घसरणीच्या परिणामांचा जो अभ्यास व संशोधन गेल्या ५-६ वर्षांत झाले आहे त्यावर हा लेख आधारित आहे. अति-श्रीमंत देशांमध्येही, स्त्रियांची परिस्थिती फारशी वेगळी नाही, हे दुर्दैवी सत्य ह्या लेखामधून तीव्रपणे जाणवते.

'अर्थस्य मूलं राज्यम्' हा लेख भारतातील कमी प्रतीच्या राजकीय व आर्थिक प्रशासनाच्या स्थितीवर भाष्य करतो. १९९१-९२ पासून सुरू झालेल्या खुल्या आर्थिक धोरणांमुळे वा उदारीकरणाच्या प्रक्रियेमुळे भारताची आर्थिक प्रगती वा आर्थिक प्रशासन सातत्याने का सुधारले नाही? नवीन आर्थिक सुधारणांचा अर्थव्यवस्थेच्या वैधतेवर (legitimacy), जबाबदारपणावर (responsibility) व पारदर्शकतेवर (transparency) का बरे चांगला प्रभाव पडला नाही? का आपला देश आशियाई वाघांसारखी आर्थिक प्रगतीत घोडदौड करू शकला नाही?, ह्या आपल्याला सतत ग्रासणाऱ्या प्रश्नांची उत्तरे देण्याचा प्रयत्न ह्या लेखात केला आहे. तर ''आनंदविरहित अर्थव्यवस्था'' ह्या 'हेमांगी,' २०११च्या दिवाळी अंकातील लेखात काही तात्त्विक प्रश्न उपस्थित केले आहेत. भारताने गेल्या दोन वर्षांत साधलेल्या प्रगतीमुळे बऱ्याच लोकांची समृद्धी वाढली आहे. अनेकांची जीवनशैली झपाट्याने बदललेली व बदलत आहे. मात्र, हे जीवनशैलीतील बदल, ह्या लोकांसाठी तसेच एकंदर समाजासाठी, स्वास्थ्य व विकासाच्या दृष्टीने खरोखरच अनुकूल ठरत आहेत का? ह्याचा वेध ह्या लेखात घेतला आहे.

'वड्याचं तेल वांग्यावर' ह्या हेमांगी २०१४च्या दिवाळी अंकातील लेखात,

भारतामध्ये उदारीकरणाचे पर्व सुरू झाल्यानंतर, अनेक प्रस्थापित संस्था व पद्धती निकालात काढून त्या जागी नवीन संस्था व पद्धती वसविण्याची जी प्रवृत्ती बळावली, त्यावर भाष्य केले आहे. अनेक संस्थांची कारकीर्द अयशस्वी होण्यामागे अकार्यक्षम व भ्रष्ट शासनव्यवस्था होती ही सर्वांना माहीत असलेली गोष्ट आहे. मग जोवर प्रशासनाची गुणवत्ता सुधारत नाही तोवर नवनवीन संस्था निर्माण करून आपण काय साधणार आहोत? ह्या लेखात वित्तीय विकास संस्थांचे व्यापारी बँकांत केलेले रूपांतर, नियोजन, आयोगाचे नीती आयोगात केलेले रूपांतर, ग्रामीण बँका, सहकारी ऋण समित्यांऐवजी पेमेंट बँकांची स्थापना अशा अनेक प्रकरणांवर विचार केला आहे.

'भारताच्या आर्थिक महासत्ता बनण्याच्या स्वप्नास पडलेले तडे' हा मौज, २०१२च्या दिवाळी अंकातील लेख भारताच्या गेल्या २५ वर्षांतील चुकलेल्या आर्थिक व राजकीय गणितांचा पट उलगडून दाखवतो तर अर्थव्यवस्थेच्या अंतरंगात हा वित्तार्थ सदरातील लेख, भारतीय अर्थव्यवस्थेसमोरची, अगदी अलीकडच्या काळातील (२०१५-१६ ह्या आर्थिक वर्षातील) प्रमुख आर्थिक आव्हाने व जोखमी (देशीय व जागतिक अर्थव्यवस्थेमधून संक्रमित होणारी) विशद करून सांगतो.

भारताबाबतीत कुठलीही मोठी स्वप्ने बघण्यापूर्वी इथल्या राजकीय संस्थात्मक चौकटीचे जडत्व (inertia) तसेच सांघिक (federal) रचनेमुळे निर्माण झालेल्या अडचणी लक्षात घेणे अत्यंत गरजेचे आहे. जेव्हा मोदी सरकार बहुमतांनी निवडून सत्तेवर आले, तेव्हा खूप मोठ्या प्रमाणात आशावाद निर्माण झाला होता. मोदींचे गुजरातमधील योगदान माहीत असलेल्या सर्वांनाच असे वाटत होते की, ते झपाट्याने मागे पडलेल्या आर्थिक सुधारणा घडवून आणतील. पण सत्तेत येऊन दोन वर्षे झाल्यानंतरही हेच दिसून आलं की, कुठल्याही क्रांतिकारी सुधारणा घडवून आणण्याचा त्यांचा मार्गही अत्यंत सावध व धिमा असाच आहे. मग प्रश्न सरकारी बँकांचा असो किंवा वस्तू व सेवा करांचा. इथे मला कुठल्याही प्रकारे त्यांनी केलेले चांगले काम नाकारायचे नाही. इंधन सवलती कमी करणे, महागाईची टार्गेट्स ठरविण्याबाबतीत रिझर्व्ह बँकेबरोबर सहकार्य करणे, केंद्रीय पातळीवर जमेल तितक्या प्रमाणात उद्योगांचे प्रश्न मार्गी लावणे, दोन डझनावारी क्षेत्रे परदेशी प्रत्यक्ष गुंतवणुकीसाठी मोकळी करणे व १० वर्षे रखडलेल्या वस्तू व सेवा कराच्या अंमलबजावणीतील दोन महत्त्वाचे टप्पे पार करणे ह्या काही वर्षांपूर्वी अशक्य वाटणाऱ्या गोष्टी त्यांनी निश्चितच करून दाखविल्या.

पण आपल्या मानेवरचे मिश्र अर्थव्यवस्थेचे ऐतिहासिक ओझे, सत्तेचे धागे

हातात घट्ट धरून बसलेली राज्यकेंद्रित नोकरशाही, आपल्या देशाची सांघिक रचना व मोठ्या प्रमाणात उदयाला आलेली संमिश्र सरकारे ह्या सर्वांमुळे आपल्या देशाच्या आर्थिक उदारीकरणाची प्रक्रिया कायम धेडगुजरीच राहिली आहे. रुचिर शर्मा ह्या अर्थतज्ज्ञाच्या, सध्या तेजीत असलेल्या पुस्तकात (The Rise and Fall of Nations) ते म्हणतात, ''भारत हा नुसता देशच नाही तर खंडदेखील आहे. ह्या देशाच्या २९ राज्यांतील वैविध्य व लोकसंख्या ह्यांची तुलना युरोपातील निरनिराळ्या देशांबरोबर सहज होऊ शकेल. आज प्रत्यक्ष आर्थिक कृतींचा मोठा हिस्सा राज्यांच्या मुख्यमंत्र्यांच्या हातात असल्यामुळे, अनेक महत्त्वाच्या बाबींमध्ये केंद्रात व राज्यांत एकवाक्यता नाही. ह्यामुळेच भारतीय अर्थव्यवस्थेचा आर्थिक वाढीचा दर ५% ते ६% ह्या पातळीवर अडकून पडला आहे. अनेक अर्थतज्ज्ञांच्या मते (माझ्यासकट), भारताचा सध्या दाखविण्यात येणारा आर्थिक वाढीचा दर (७.६%) हा अतिशयोक्तीपूर्ण असून, त्यात मापनाचे गंभीर दोष आहेत.''

ह्या पुस्तकातील लेखांना अर्थशास्त्राच्या परिघात काम करणाऱ्या तसेच त्याबाहेरच्या लोकांचाही भरपूर प्रतिसाद मिळाला. ह्यात डॉक्टर्स, चार्टर्ड अकाउंटंट्स, शासकीय अधिकारी तसेच शासकीय सेवेत काम करण्यास इच्छुक असलेले लोक, e-लोकसत्ता वाचणारे अनिवासी भारतीय, पत्रकार व अर्थात अर्थशास्त्र शिकविणारे व शिकणारे अशा अनेकांचा समावेश होता. त्यातूनच पुस्तक करण्याची कल्पना बाहेर आली. ह्या सर्व वाचकांचे मी मनापासून आभार मानते. त्यांच्या प्रतिक्रियांमधून प्रोत्साहन तर मिळालेच पण त्यांनी विचारलेल्या प्रश्नांतून, माझ्या नजरेतून निसटलेले अनेक महत्त्वाचे मुद्देही लक्षात आले.

मला गुरुस्थानी असलेले ज्येष्ठ अर्थतज्ज्ञ डॉ. अविनाश परांजपे ह्यांनी, वेळात वेळ काढून ह्या पुस्तकाची प्रस्तावना लिहिली व नेहमीच मला लिहिण्यासाठी उत्तेजन दिले. तसेच प्रो. नीळकंठ रथ (माझे गोखले अर्थशास्त्र संस्थेतील गुरु), श्री. शरद काळे, श्री. यशवंत देवस्थळी, श्री. निरंजन राजध्यक्ष ह्यांसारख्या दिग्गजांनी ह्या पुस्तकाची वाचकांना ओळख करून देण्यास मदत केली. ह्या सर्वांप्रती मन:पूर्वक कृतज्ञता व्यक्त करते.

मी मराठी भाषेमधून, माझ्या विषयातील तांत्रिक बाबींवर लिहिले पाहिजे असा कायम आग्रह धरणारे माझे वडील व माझे कुठलेही लिखाण प्रेमाने वाचणारी माझी आई व नवरा ह्यांच्या ऋणात मला राहायला मिळते, हे मी माझे भाग्य समजते.

अनुक्रम

१

नवी विटी, नवे राज्य, दांडू मात्र तोच जुना

लोकशाही राजवटीत, नवीन सरकार निवडून आलं की सगळ्यांच्याच आशा पल्लवित होतात. नवीन आश्वासने व घोषणांमुळे नवीन ऊर्जा निर्माण होते. आधीच्या राजवटीत बिनसलेल्या गोष्टी झपाट्याने ताळ्यावर येण्याच्या अपेक्षा वाढीस लागतात. ह्या अपेक्षावाढीचे प्रमाण अर्थातच सरकारी क्षेत्रासाठी उजवे असते. कारण शासकीय शिथिलता व गैरकारभाराची सगळ्यात मोठी किंमत ह्या क्षेत्रातील उद्योगांनी व बँकांनी मोजलेली असते.

दुर्दैवाने आर्थिक सुधारणांचा व रचनात्मक बदलांचा वेग नेहमीच मंद असतो व आजमितीला जगातील बहुतेक देश हे अनुभवत आहेत. काय केलं पाहिजे ह्याऐवजी राजवट टिकवून ठेवण्यासाठी काय गरजेचं आहे यावरच कुठल्याही सरकारला अखेर लक्ष केंद्रित करावं लागतं. आपल्या देशाची परिस्थितीही वेगळी नाहीच. नव्याने निवडून आलेल्या आपल्या सरकारने गेल्या सहा-सात महिन्यात काही महत्त्वाचे आर्थिक निर्णय जरी निश्चितपणे घेतले असले तरी राज्यसभेतील अल्पमतामुळे, त्यांचेही लक्ष हळूहळू अर्थकारणापासून राजकारणाकडे वळू लागले आहे.

या काहीशा उदासवाण्या पार्श्वभूमीवर सरकारी बँकांच्या उद्धारासाठी पुण्यात घडवून आणलेली 'ज्ञान-संगम' ही परिषद (२-३ जानेवारी) पुन्हा एकदा ताज्या अपेक्षांची झुळूक घेऊन आली. ज्या प्रश्नांनी सरकारी बँका ग्रासल्या आहेत, उदारणार्थ बुडीत कर्जांचे ओझे, भांडवलाचा तुटवडा, जोखीम प्रतिबंधक तंत्रांची अकार्यक्षमता, नेतृत्वाचा व मनुष्य-बळाचा अभाव, व्यवस्थापकीय स्वायत्ततेची उणीव, सामाजिक क्षेत्रांना द्यावी लागणारी स्वस्तातील कर्जे, वाढते खर्च व नफ्यातील घट, इत्यादींवर

चर्चा करण्यासाठी व त्यावरील उपाययोजनांचा आराखडा बनवण्याच्या हेतूने या परिषदेचे आयोजन केले गेले होते. या परिषदेचं विशेष महत्त्व म्हणजे प्रथमच देशाचे पंतप्रधान, वित्तमंत्री, रिझर्व बँकेचे गव्हर्नर व इतर महत्त्वाचे अधिकारी, वित्तमंत्रालयातील मुख्य अर्थशास्त्री, राज्यमंत्री (वित्त क्षेत्र) व सरकारी बँकांचे प्रमुख यांच्यात खुली चर्चा घडवून आणली गेली. जे स्वाभाविकपणे व्हायला हवं तेही आपल्या देशात कसं होत नाही हाच संदेश सर्व प्रसिद्धी माध्यमांमधून अतिशय परिमाणकारकरीत्या सगळीकडे पसरला गेला.

ह्या विचारमंथनासाठी बँकर्सची विभागणी सहा गटांमध्ये केली गेली होती व या सर्वांनी मिळून सुचवलेले उपाय प्रामुख्याने पुढीलप्रमाणे होते.

१) बँकांच्या संचालक-मंडळाची पत सुधारण्याकरता उच्च व्यावसायिक तसेच उत्तम कामगिरी बजावलेल्या बँकर्सनी युक्त असे 'ब्युरो' स्थापले जावेत व ह्या ब्युरो मधूनच बँकांच्या संचालक-मंडळांसाठीचे सभासद निवडले जावेत.

२) निरनिराळ्या बँकांसाठी स्वतंत्र गुंतवणूक कंपन्या स्थापन केल्या जाव्यात व बँकातील सरकारी गुंतवणूक ह्या कंपन्यांमध्ये हलवावी. पुढील काही वर्षांत सरकारी भागभांडवलाचे ह्या बँकांमधील प्रमाणदेखील एकावन्न टक्के पेक्षाही कमी केले जावे.

३) सरकारी बँकांना मनुष्यबळासंबंधीच्या सर्व निर्णयांत - जसे की भरती, वेतन, परिणाम प्रबंधन इ. मध्ये संपूर्ण स्वातंत्र्य देण्यात यावे.

४) सतर्कता आयोग, नियंत्रक व महालेखा परीक्षक, व केंद्रीय अनुसंधान ब्युरो इ.चा सरकारी बँकांच्या निर्णयप्रक्रियेतील हस्तक्षेप कमी केला जावा.

५) कर्ज-वसुलीसाठीची कायदे-चौकट मजबूत करण्यात यावी.

६) कर्ज-विम्यासाठीची प्रक्रिया सुलभ करण्यात यावी.

७) कर्जमाफी, व्याजदरांवरील नियंत्रणे ह्यासारख्या बँकांची बिझनेस मॉडेल्स मोडकळीला आणणाऱ्या गोष्टी थांबवण्यात याव्या.

८) डिजिटल बँकिंगसाठीची आधारभूत संरचना मजबूत केली जावी.

९) बँकांच्या विलीनिकरण व संपादनाच्या (mergers acquisitions) प्रक्रियेला वेग देण्यात यावा आणि

१०) प्राथमिकता प्राप्त (priority) क्षेत्रांची (म्हणजेच स्वस्तात कर्जे मिळणाऱ्या क्षेत्रांची) व्याख्या कालानुरूप ठरवली जावी.

तसं पाहिलं तर ह्यात नवीन असं काहीच नाही. गेल्या संपूर्ण दशकात निरनिराळ्या सभांमधून, वेगवेगळ्या समित्यांमधून, रिझर्व्ह बँकेच्या अहवालांमधून जे सुचवलं वा चर्चिलं गेलं त्यापेक्षा वेगळा (नवीन) असा एकही मुद्दा ह्यात आढळून येत नाही.

सध्याची सरकारी बँकांची अवस्था लक्षात घेता खरी गरज विचारमंथनाची नसून झपाट्याने कृती करण्याची आहे, हे सरकारी क्षेत्रात काम करणाऱ्या लोकांना, सरकारी बँकांच्या अभ्यासकांना तसेच वित्तीय क्षेत्राच्या नियंत्रकाना व्यवस्थित माहीत आहे.

सरकारी बँकांची परिस्थिती बऱ्यापैकी गंभीर आहे हे सर्वज्ञात आहेच. सप्टेंबर, २०१४च्या त्रिमाही लेखापरीक्षेप्रमाणे (quarterly reviewed results) सरकारी बँकांतील बुडीत कर्जांचे प्रमाण रु. २.४३ लाख कोटी एवढे वाढले असून, त्यातील सर्वात वरच्या तीस बुडीत कर्जांचा हिस्सा जवळपास छत्तीस टक्के आहे. ही बुडीत कर्जे प्रामुख्याने वीज-निर्मिती, दूरसंचारण, विमानचालन, वस्त्रोद्योग व पोलाद यांसारख्या पायाभूत क्षेत्रांना दिलेल्या कर्जांतून निपजली आहेत. ह्यामध्ये कर्जे देणाऱ्यास सरकारी बँकांच्या खालवलेल्या गुणवत्तेचा जसा वाटा आहे तसाच ह्या क्षेत्रांसाठी राबवलेल्या विपरीत सरकारी धोरणांचा, क्रेडिट रेटिंग एजंसीजच्या दिशाभूल करणाऱ्या रेटिंग्सचा व दिवाळखोरांना अद्दल घडवणारे कायदे नसण्याचाही वाटा आहेच. तेव्हा सगळे खापर सरकारी बँकांवर फोडून त्यांच्या उरल्यासुरल्या मनोबलाचे खच्चीकरण करून काही विशेष साध्य होईल असे वाटत नाही. ह्या कर्जांमधील बहुतेक कर्जे २००७-०८च्या जागतिक आर्थिक अरिष्टानंतरच्या काही वर्षांत दिली गेली होती जेव्हा खाजगी बँका स्वत: बुडीत कर्जांनी ग्रासल्या गेल्या होत्या व काही महत्त्वाच्या खाजगी बँकांनी उद्योगांना कर्जे देणेही जवळपास थांबवले होते. ह्यावेळी सरकारी बँकांनीदेखील कर्जे देणे (विशेषत: वीजनिर्मिती, दूरसंचारण, विमानचालन इ. पायाभूत सुविधाक्षेत्रांकरता) थांबवले असते तर भारताची २०१२ पासून सुरू झालेली आर्थिक घसरण २००८ पासूनच सुरू झाली असती, ही देखील सर्व अभ्यासकांना माहीत असलेली गोष्ट आहे.

याचा अर्थ असा अजिबात नव्हे की सरकारी बँकांचे बिझनेस मॉडेल धंद्याच्या दृष्टीने स्वयंनिर्वाही आहे. जो जगातील इतर देशांचा अनुभव आहे तोच आपलाही आहे की धंद्याच्या दृष्टीने विचार करून निर्णय घेण्याचे स्वातंत्र्य सरकारी बँकांना नसल्यामुळे ह्या बँका शेवटी डबघाईला येतातच. त्यात सतत बदलणारे नेतृत्व (केवळ एक-दोन वर्षांसाठी होणाऱ्या अध्यक्ष व कार्यकारी संचालकांच्या नेमणुका), राजकारणी लोकांचा बिझनेसमधील हस्तक्षेप, वित्त किंवा बँकिंगशी संबंधही नसलेल्या लोकांच्या संचालक मंडळांवर होणाऱ्या नेमणुका यांसारख्या समस्यांनी ह्या बँका ग्रासल्या गेल्या आहेत, हे आपण सतत ऐकत आलो आहोत व आता ज्ञानसंगमाच्या निमित्ताने पुन्हा एकदा त्याची उजळणीही झाली.

स्थिरक (Stabiliser) म्हणून जागतिक अरिष्टाच्या काळात इतकी उत्तम कामगिरी बजावलेल्या आपल्या देशातील अनेक सरकारी बँकांवर शेवटी उपरिनिर्दिष्ट समस्यांमुळे

व २०११ पासून सुरू झालेल्या धोरण-लकव्यामुळे, रिझर्व्ह बँकेच्या अतिदक्षता विभागात दाखल होण्याची वेळ येऊन ठेपली आहे. अतिरिक्त वाढलेल्या बुडीत कर्जांपायी बाजूला ठेवाव्या लागणाऱ्या रकमेमुळे त्यांच्यासाठीचे नफ्याचे प्रमाण तर घटले आहेच पण बेसल III (Basel III) ह्या नवीन जागतिक नियामक चौकटीच्या निर्देशाप्रमाणे त्यांना खूप मोठ्या प्रमाणात भांडवलाची तरतूदसुद्धा करावी लागणार आहे. पुढील चार वर्षांमध्ये त्यांना लागणाऱ्या भांडवलाची गरज साधारणपणे भारताच्या एकूण राष्ट्रीय उत्पन्नाच्या अडीच टक्के एवढी असून, बजेटमधून सरकार त्यांना अवघे ०.७ टक्के भांडवल पुरवत आहे. सरकारने स्वत:च्या भाग-भांडवलाचा हिस्सा कितीही कमी केला तरी शेअर मार्केटमधून सरकारी बँकाना पुरेसे भांडवल गोळा करणे अशक्य होईल इतकी त्यांची मार्केट-मूल्ये सध्या घसरलेली आहेत. शिवाय वाढलेल्या बुडीत कर्जांमुळे, सरकारी बँकात केलेल्या गुंतवणुकीवर विशेष उत्पन्न मिळणार नाही हे गुंतवणूकदारांना पक्के माहीत आहे. त्यामुळे सगळीकडूनच ह्या बँकांची कोंडी झाली आहे.

भांडवलाचा तुटवडा काहीच नाही इतक्या प्रमाणात मनुष्यबळाचा व गुणवत्तेचा तुटवडा सध्या ह्या बँकांना सोसावा लागत आहे. चालू दशक हे सरकारी बँकांसाठी निवृत्तीचे दशक मानावे इतक्या संख्येने ह्या बँकातील उच्चपदीय, अनुभवी लोक चालू दशकात निवृत्त होत आहेत. डॉ खंडेलवाल ह्या बँक ऑफ बडोद्याच्या पूर्वाश्रमीच्या अध्यक्षांनी (जे स्वत: बँकिंग क्षेत्रात परिवर्तनीय नेतृत्वाचा दंडक म्हणून मान्यता पावले आहेत), २०१० सालीच ही समस्या सोडवण्यासाठी काही मौलिक उपाय सुचवले होते, पण गेली पाच वर्षे त्यावर कुठलीही ठोस कृती करण्यात आलेली नाही. ज्ञानसंगमातही डॉ. खंडेलवालांनी सुचवलेले भरती, वेतन, परिणाम प्रबंधनासंबधीचे उपाय पुन्हा एकदा चर्चिले व सुचवले गेले. पण कधी? व कसे? हे प्रश्न अजूनही अनुत्तरितच आहेत.

मनुष्यबळाच्या तुटवड्याचा फार मोठा फटका सरकारी बँकांच्या शाखांना बसला असून या शाखांमधून होणारा बिझनेस जवळपास थंडावला आहे. ह्यामुळे बऱ्याच सरकारी बँकांना आपले लक्ष सर्वसामान्य ठेवी व कर्जांपासून वळवून मोठ्या आकाराच्या कॉर्पोरेट कर्जांवर तसेच संस्थात्मक ठेवींवर केंद्रित करावं लागलं आहे. हयातून त्यांचा परिव्यय (cost) तर वाढला आहेच पण धंद्यातील समतोल ढळल्यामुळे जोखीमीही बळावल्या आहेत. त्यात 'प्रधानमंत्री जनधन' योजनेच्या अंमलबजावणीचा दबाव आहेच. यामागची उद्दिष्टे कितीही स्तुत्य असली तरी जोपर्यंत ह्या योजनेअंतर्गत उघडण्यात आलेल्या खात्यांमध्ये सरकारने प्रत्यक्षपणे हस्तांतरित करण्याची रक्कम (direct benefit transfer) जमा होत नाही तोपर्यंत बँकांसाठी फक्त खर्चात वाढ होत राहणार, हे उघड आहे. त्यात व्यापार संवाददात्यांच्या (business correspondents)

वेतनाचा खर्च वेगळाच. आधीच मनुष्यबळाचा तुटवडा त्यात हा वाढीव ताण, यामुळे सरकारी बँकांच्या शाखा अक्षरश: मोडकळीला आल्या आहेत.

राहता राहिला प्रश्न कॉर्पोरेट गव्हर्नन्सचा. केवळ खाजगी क्षेत्रामधून माणसे आणून व त्यांना भला मोठा मोबदला देऊन सरकारी बँकांचे शासन सुधारेल असे म्हणता येणार नाही. १९९४ नंतर अस्तित्वात आलेल्या कितीतरी खाजगी बँका आज अस्तित्वातदेखील नाहीत. तसेच बहुतेक नव्याने निघालेल्या व चांगल्या चाललेल्या खाजगी बँकांमध्ये मोठ्या प्रमाणात सरकारी बँकांतील माणसेच कार्यरत आहेत. शिवाय आर्थिक घसरणीच्या काळातही सरकारच्या विकास धोरणांचा बोजा पेलवत चांगला नफा कमावणाऱ्या व पुरेसे भांडवल गाठीशी असलेल्या सरकारी बँकाही (तुलनेने कमी का असेनात) आहेतच की. सांगायचा मुद्दा असा की मालकीपेक्षा (सरकारी का खाजगी) नेतृत्वाच्या दर्जावर (व नेत्याच्या नैतिक मूल्यांवर) बँकांचे यशापयश अवलंबून असल्याचे ठळकपणे दिसून आले आहे.

सर्वप्रथम ही गोष्ट लक्षात घेतली पाहिजे की सर्व सरकारी बँकांमध्ये आज खाजगी गुंतवणूकही बऱ्यापैकी असल्यामुळे, ह्या बँकांना सरकारचे दीर्घण (एक्सटेन्शन) समजणे अत्यंत चुकीचे आहे. त्यामुळे ह्या बँकांवर जर सरकारी विकास योजनांची जबाबदारी टाकायची असेल तर त्यांना त्याचा रास्त मोबदला (सरकारकडून) दिला गेला पाहिजे. ह्या बँका व्यापारी बँका आहेत हे लक्षात घेऊन त्यांना जर व्यापारी तत्त्वांवर चालविण्याची परवानगी दिली व खाजगी क्षेत्रातील बँकांप्रमाणेच शुल्क (फीज) वगैरे आकारण्याचे स्वातंत्र्यही दिलं तर खाजगी व सरकारी बँकांच्या नफ्यामधील तफावत झपाट्याने कमी होऊ शकते, तसेच सरकारी तिजोरीवरील ताणसुद्धा! जर सरकारी बँकांनी मार्केटमधून भांडवल गोळा करावे असे सरकारला वाटत असेल तर त्यांना त्यांचा व्यापारी दर्जा देण्यावाचून पर्याय नाही.

सरकारी बँकांकरता व्यवस्थापकीय स्वायत्तता, स्वत:च्या नफ्याच्या आधारे वेतन ठरवण्याची मुभा व व्यावसायिक दर्जाचे संचालकमंडळ ह्या अगदी तातडीने राबवायला हव्यात अशा बाबी आहेत. खेदाची गोष्ट ही आहे की २०१४-२०१५ ह्या वर्षात, एकीकडे दीर्घकालीन सुधारणांची चर्चा चालू होती तर दुसरीकडे तीन मोठ्या सरकारी बँकांवर अनेक महिने अध्यक्षांची नेमणूकही झालेली नव्हती.

दीर्घकालीन सुधारणांचा वेग जरी मंद असला तरी जिथे तातडीचे उपाय उपलब्ध आहेत तिथे वेळ का दवडा? ज्या लक्षणीय पद्धतीने गुजरातचे मुख्यमंत्री असताना पंतप्रधान मोदींनी संचालक मंडळांची व्यावसायिकता सुधारून, सरकारी क्षेत्रातील काही उद्योगांचा कायापालट केला होता, त्याच तातडीच्या उपायाची गरज आज सरकारी बँकांना आहे.

त्यामुळेच जरी 'नवी विटी नवे राज्य' आले असले तरी जोपर्यंत वित्तमंत्रालयाने उगारलेला सरकारी बँकांवरील दांडू खऱ्या अर्थाने नाहीसा होत नाही तोपर्यंत आहे त्या परिस्थितीत विशेष सुधारणा होईल असे वाटत नाही. जोखीम इतकीच आहे की, दुर्बलावस्थेतील सरकारी बँका पुरेशा प्रमाणात कर्जे न देऊ शकल्यामुळे, ह्यापुढील आर्थिक मंदीस ह्या बँकांच मुख्यत्वे जबाबदार असतील.

२

आग सोमेश्वरी, बंब रामेश्वरी

१५ जानेवारी २०१५ रोजी जवळपास अशक्य ठरलेली गोष्ट आपल्या देशात घडली. तब्बल दीड-दोन वर्षांच्या कालावधीनंतर, अल्प-प्रमाणात का होईना भारतीय रिझर्व्ह बँकेने रेपो रेट (ज्या व्याजदरावर रिझर्व्ह बँक, व्यापारी बँकांना सरकारी रोख्यांच्या बदल्यात पैसे पुरवते) कमी केला. गोगलगायीच्या वेगाने का होईना पण कमी होत चाललेली किंमतवाढ (मुख्यत: अन्नधान्ये, भाजीपाला व फळांशी संबधित किंमतवाढीतील घट), जागतिक बाजारपेठेमध्ये ५१-५२ टक्क्यांनी कोसळलेली अशोधित तेलाची किंमत, महागाई थोड्याफार प्रमाणात कमी झाल्याची लोकांमधील वाढती जाणीव (अर्थात सर्वेक्षणांमधून टिपलेली) इत्यादी कारणे या मागे असल्याचे सांगण्यात आले. पण ते तितकेसे पटणारे नव्हते. रिझर्व्ह बँकेचे गव्हर्नर तसेच इतर उच्चपदस्थांनी वेळोवेळी केलेली वक्तव्ये लक्षात घेतली तर महागाई सातत्याने कमी होत जाईल, असा भरवसा त्यांना वाटत असल्याचे जाणवत नव्हते व आताही वाटत नाही. एकतर यावर्षी पाऊसपाणी ठीक न झाल्यामुळे खरिप पिकाचे बऱ्यापैकी नुकसान झाले आहे तसेच रब्बी पिकाची पेरणीही मंदावली आहे. ह्यामुळे पुनश्च अन्नधान्याच्या किंमती वाढण्याचा धोका येणाऱ्या वित्तवर्षासाठी निर्माण झाला आहे. त्यात भूराजनीतीची (geopolitics) चक्रे कशीही फिरू शकत असल्यामुळे, अशोधित तेलाच्या कोसळलेल्या किंमतीचा आधार किती काळ पुरणार ह्याबाबत अनिश्चितताच आहे. मुख्य म्हणजे जोपर्यंत अर्थसंकल्प जाहीर होत नाही, तोपर्यंत वित्तीय शिस्त वाढवण्यासाठी सरकारने केलेल्या नेमक्या उपाययोजनेचे काटेकोरपणे मूल्यमापन करणेही कठीण असते. मात्र वित्तीय

ढिसाळपणाचा आणि महागाईचा जवळचा संबंध असल्यामुळे, अर्थसंकल्प जाहीर होईपर्यंत रिझर्व्ह बँक थांबेल असे अनेक अर्थतज्ज्ञांना वाटत होते. पण तसे झाले नाही. जागतिक अर्थव्यवस्थेतील काही महत्त्वाच्या घडामोडींमुळे रिझर्व्ह बँकेला हे पाऊल उचलावे लागले, हे आता स्पष्ट झाले आहे.

ज्यावेळी रिझर्व्ह बँकेने रेपो रेट कमी केला, त्याच सुमारास ऑस्ट्रेलिया, कॅनडा व मेक्सिको देशातील केंद्रीय बँकांनीही व्याजदर कमी केले. चीनने राखीव निधिविषयक आवश्यकता कमी केली तर डेन्मार्कने अधिकृत डिपॉजिट रेट शून्याहूनही कमी केला. थोडक्यात सांगायचं झालं तर आपापल्या अर्थव्यवस्थांमधून पैसा सुलभपणे फिरता ठेवण्याची सोय केली. हयाही पुढे जाऊन स्वित्झर्लंड व सिंगापूर ह्या देशांनी आपापले विदेशी चलनदर (exchange rates) घटवले. युरोपीयन केंद्रीय बँकेने तर मोठ्या प्रमाणात व सातत्याने सप्टेंबर २०१६ पर्यन्त युरोपीयन संघाच्या अर्थव्यवस्थेला वित्त-पुरवठा घोषित केला.

केंद्रीय बँकांच्या ह्या चवताळलेल्या कृतींचा थेट संबंध या देशांच्या झपाट्याने खालावत जाणाऱ्या आर्थिक स्थितींशी आहे. मंदावलेली मागणी व वाढत्या कर्जांचा बोजा ह्यामुळे युरोपीयन संघ व जपान सारखे जागतिक अर्थव्यवस्थेचे महत्त्वाचे भाग खिळखिळे बनले आहेत. त्यात किंमती अजूनही कमी होऊ शकतील असा अंदाज बांधून, ह्या देशातील ग्राहक व गुंतवणूकदार पूर्वनियोजित खर्चही पुढे ढकलत आहेत, ज्यामुळे ह्या देशांची घसरण अधिकच वेगाने होऊ घातली आहे.

दुर्दैवाची गोष्ट म्हणजे ह्या देशांना ग्रासणाऱ्या समस्या ह्या फक्त मंदावलेली मागणी किंवा वाढत्या कर्जांच्या बोज्याशी संबंधित नसल्यामुळे नुसता पैसा ओतून ह्या देशांचे प्रश्न किती प्रमाणात व कसे सोडवले जातील, हा प्रश्नच आहे. उदाहरणार्थ, युरोपीयन संघातील अनेक देशांसाठीचे प्रश्न हे पायाभूत सुविधांशी अथवा श्रमिकवर्गाशी संबंधित असल्यामुळे त्यांचे स्वरूप रचनात्मक आहे व ह्या देशातील शासनांनीच या बाबतीत हालचाल केली पाहिजे, हे उघड आहे. त्यामुळे 'आग सोमेश्वरी, बंब रामेश्वरी' असाच काहीसा हा प्रकार आहे.

निरनिराळ्या देशातील केंद्रीय बँकांनी अवलंबलेल्या पैसाकरणाच्या धोरणांचा त्यांच्या विदेशी चलनदरांवर परिणाम होत असल्यामुळे भारतीय रिझर्व्ह बँकेलाही जानेवारी महिन्यात घाईघाईने पावले उचलावी लागली. कारण वर उल्लेख केलेल्या बहुतेक देशांबरोबर आपला आंतरराष्ट्रीय व्यापार असल्यामुळे आपल्या विदेशी चलनदराच्या स्पर्धात्मक मूल्याचे संरक्षण करणे निकडीचे बनले. जर रिझर्व्ह बँकेने रेपो रेट कमी केला नसता तर तुलनेने अधिक व्याजदर देणाऱ्या आपल्या देशात अजूनच वेगाने परदेशी पैसा

येत राहण्याचा व त्यामुळे भारतीय रुपयाची असंतुलित प्रमाणात मूल्यवृद्धी होत राहण्याचा धोका वाढला असता व त्याचा (अगोदरच खालावलेल्या) निर्यात क्षेत्राला जबरी फटका बसला असता. असो.

२००७-०८च्या जागतिक आर्थिक अरिष्टापासूनच अनेक देशांच्या केंद्रीय बँका ह्या भसाभसा पैसा ओतून सर्वकाही आलबेल आहे हे दाखवण्याच्या मागे लागल्या आहेत. अमेरिकेसारखे काही अपवाद सोडले तर बहुतेक देश हे आर्थिक घसरण व वाढता बेरोजगार ह्यांच्या दुष्टचक्रातून अजूनही बाहेर येऊ शकलेले नाहीत. ह्या संदर्भात बँक फॉर इंटरनॅशनल सेटलमेंट्सने (BIS) -जी जगातील सर्व केंद्रीय बँकांमधील धोरणात्मक सहकार्य वाढवण्याकरता जबाबदार आहे- आपल्या २०१२-१३च्या वार्षिक अहवालात केलेले पुढील भाष्य अतिशय मार्मिक आहे.

केंद्रीय बँकांनी निर्माण केलेल्या पैशांतून जसा कंपन्यांचा किंवा बँकांचा बिनसलेला ताळेबंद दुरुस्त होऊ शकत नाही तशीच राजकोशीय परिस्थितीही (fiscal finances) सातत्याने सुधारू शकत नाही. मुख्य म्हणजे केंद्रीय बँकांकडे रचनात्मक (structural) सुधारणा घडवून आणण्याचे अधिकारच नसतात. त्यामुळे त्यांच्या कृतींतून अर्थव्यवस्थांचा गाडा सुरळीतपणे चालू होईल ही अपेक्षा ठेवणेच चुकीचे आहे. फारतर एवढे म्हणता येईल की अधिक पैसा निर्माण करून केंद्रीय बँका शासकीय कृतीसाठी थोडा अधिक वेळ उपलब्ध करून देतात. पण हा वेळ शहाणपणाने वापरला गेला पाहिजे. बँक फॉर इंटरनॅशनल सेटलमेंट्सने हे म्हटल्यालाही आता दोन वर्षे उलटली पण परिस्थिती अजूनही 'जैसे थे' च आहे. थोडक्यात काय तर बहुतेक सर्वच देशांमधून रोगाची लक्षणे आटोक्यात आणण्याचे प्रयत्न जोरदार सुरू आहेत पण अर्थव्यवस्थेचे मूळ आरोग्य सुधारण्याकडे मात्र कुणाचेच विशेष लक्ष नाही.

केंद्रीय बँकांचा ह्या सुलभ पैसाकरणामागचा उद्देश जरी शासनाला अधिक अवधी उपलब्ध करून देण्याचा असला तरीही त्यामुळे प्रचंड प्रमाणात वित्तीय जोखीम बळावली आहे. एकीकडे अनेक देशांची (ह्यात भारताचाही समावेश आहे) आर्थिक परिस्थिती बिनसत असतानाही त्यांचे शेअर बाजार मात्र तेजीत सुरू आहेत. मायकल हार्टनेट ह्या बँक ऑफ अमेरिकेत कार्यरत असणाऱ्या गुंतवणूक सल्लागाराने फार गमतीशीरपणे ही विसंगती अधोरेखित केली आहे. ते म्हणतात, एकाचवेळी मी गुंतवणूक संदर्भात निराश व उल्हसित- दोन्हीही असतो. कारण माझ्या सध्याच्या व्यूहतंत्राप्रमाणे मी निरनिराळ्या देशांच्या घटणाऱ्या राष्ट्रीय उत्पन्नावरच तर शेअर्सची खरेदी व कर्जांची उचल चालवली आहे.

सत्यजीत दास ह्या नामवंत जोखीम-प्रबंधक तज्ज्ञांच्यामते (Risk Management Expert) खरं तर ही वेळ सर्वच देशांसाठी आर्थिक जोखीम

घेण्याची आहे (ज्यात उद्योगांना चालना देण्यासाठी राजकीयदृष्ट्या कठीण असे अनेक निर्णय घेणे प्रामुख्याने मोडते) पण त्याऐवजी एकंदर जगातच वित्तीय जोखीम घेण्याची प्रवृत्ती बळावली आहे. गेली काही वर्षे वित्तीय बाजारांशी संबंधित लोकांनी तसेच गुंतवणूकदारांनी अर्थव्यवस्थांमधील मूळ प्रश्नांकडे सोयीस्करपणे दुर्लक्ष करून आपले संपूर्ण लक्ष कुठल्या देशाची केंद्रीय बँक कधी व किती प्रमाणात वित्त-उत्तेजन (पैसाकरण) देणार आहे हयावर प्रामुख्याने केंद्रित केले आहे. शिवाय एकूणच परिस्थिती त्यांना बऱ्यापैकी अनुकूल आहे. उदाहरणार्थ, जेव्हा अमेरिकन फेडरल रिझर्व्ह बँकेने पैसाकरणाची प्रक्रिया हळूहळू थांबवत आणली तेव्हा जपान, चीन व युरोपीयन संघांच्या केंद्रीय बँकांचा आर्थिक उत्तेजन सुरू करण्याचा निर्णय सर्व गुंतवणूकदारांच्या पथ्यावर पडला. ह्या प्रकारामुळे अनेक वित्तीय मालमत्ता (financial assets) किंमती चढ्या राहण्यास मदत झाली. त्यात वस्तूंच्या कोसळणाऱ्या किंमतींमुळे (मुख्यत: अशोधित तेलाच्या) अनेक लोकांच्या हातांतील क्रयशक्तीही (purchasing power) वाढली. ह्या सर्वात आपण हे विसरूनच गेलो आहोत की अनेक वर्षे टिकून राहिलेले कमी स्तरावरचे व्याजाचे दर व वस्तूंच्या (अशोधित तेल, धातू, इत्यादी) किंमती तसेच अर्थव्यवस्थांमधून वाहणारा पैशांचा ओघ ह्यामुळे समाधानी होण्याऐवजी आपली काळजी वाढली पाहिजे. कारण हे सर्व जागतिक अर्थव्यवस्थेच्या अत्यंत खालावलेल्या स्थितीचे दर्शक आहेत.

दुसरा मुद्दा असा की वित्तीय मालमत्तांच्या चढ्या किंमतींचा फायदा ज्यांच्या हातात गुंतवणुकीसाठी पैसे असतात अशा मालदार लोकांनाच प्रामुख्याने होतो व ह्यातून विषमता वाढीस लागते. एकीकडे खालावलेल्या अर्थव्यवस्था व वाढलेला बेरोजगार तर दुसरीकडे मालमत्तेच्या चढ्या किंमतींमधून फायदा उकळणारे श्रीमंत लोक ह्यामुळे एकूण जगातच सामाजिक ताणतणाव वाढू लागले आहेत. राजकीय उग्रवाद बोकाळू लागला आहे. ह्याचे पर्यवसान अनेक देशांमधून टोकाच्या भूमिका घेणाऱ्या राजकीय पक्षांना पाठिंबा मिळण्यात झाले आहे. उदाहरणार्थ, ग्रीसमधील सिरिझा, स्पेनमधील पोडेमोस, इटलीमधील फाईव्हस्टार पार्टी, इत्यादी. अगदी अलीकडेच दिल्लीच्या विधानसभा निवडणुकीतील आप पक्षाचा विजय हाही अशाच प्रकारच्या सामाजिक नैराश्याचे लक्षण मानावे लागेल.

अनेक तज्ज्ञांच्या मते आजची परिस्थिती २००८ पेक्षाही अधिक बिकट आहे. अमेरिकेचा अपवाद वगळला तर बहुतेक देशांमधील राजकोशीय तूट अजूनच वाढली आहे. मोठ्या प्रमाणात पैसानिर्मिती करून व व्याजाचे दर शून्याजवळ ठेवूनही उत्पादनाच्या क्षेत्रांना विशेष चालना मिळालेली नाही. त्यामुळे बहुतेक देशांतील शासनाजवळचे

पर्यायही संपत आले आहेत. २००८मध्ये कमीतकमी विकसनशील देशांची (चीन, भारत, इत्यादी) परिस्थिती तरी ठीक होती पण आजमितीला तीही नाही. ह्या सर्वातून पुन्हा एकदा जागतिक वित्तीय अरिष्टाचा धोका वाढला आहे, असे अनेकांना वाटते.

आता पुन्हा भारताकडे वळूयात. आपल्या देशातही शेअर बाजारातील तेजी व प्रत्यक्ष आर्थिक वाढ ह्यांच्यातील दरी प्रचंड प्रमाणात वाढली आहे. खनिज क्षेत्र, कारखानदारी क्षेत्र तसेच निर्यात क्षेत्राची घसरण चालूच आहे व त्यातून बेरोजगाराचे प्रमाणही वाढते राहिले आहे.

मंदावलेल्या अर्थव्यवस्थेमुळे तसेच जागतिक बाजारपेठेत अशोधित तेलाच्या कोसळलेल्या किंमतीमुळे भारतातील महागाई जरी कमी झाली असली तरीही ती पुन्हा उसळणार नाही ह्याची काहीच खात्री नाही. त्यामुळे रिझर्व्ह बँकेला महागाई नियमनासाठी काटेकोरपणे काम करत राहणे आवश्यक आहे. चांगली बाब अशी की डॉ. ऊर्जित पटेल समितीचा अहवाल प्रसिद्ध झाल्यापासून रिझर्व्ह बँकेची पतधोरण संदर्भातील भूमिका अधिक पारदर्शक व स्पष्ट बनली आहे. ह्यामुळेच १५ जानेवारी २०१५ला जरी रिझर्व्ह बँकेने रेपो रेट कमी केला तरी ३ फेब्रुवारी २०१५च्या त्यांच्या पतधोरण जाहीर करण्याच्या नियोजित दिवशी त्यांनी रेपो रेट स्थिरच ठेवला. बऱ्याच लोकांची अशी अपेक्षा होती की आता सातत्याने व्याजाचे दर खाली येण्यास सुरुवात होईल. पण तसे झाले नाही कारण महागाईच्या प्रवासातील अनेक अनिश्चितता रिझर्व्ह बँकेला उत्तम माहीत आहेत व गेली पाच-सहा वर्षे सलगपणे चालवलेल्या महागाई विरुद्धच्या युद्धाची विश्वासार्हता ही बँक कसून जपत आहे. आर्थिक, वित्तीय व सामाजिक स्थैर्यासाठी हे अतिशय आवश्यक आहे.

ह्यामुळेच येणाऱ्या वित्त-वर्षात रिझर्व्ह बँकेचा भर, स्वत:ची महागाईविषयक उद्दिष्टे गाठण्यावर तसेच जागतिक अर्थव्यवस्थेत (मूकपणे) सुरू झालेल्या चलन-युद्धापासून रुपयाचे संरक्षण करण्यावर राहिल हे उघड आहे. शिवाय उद्योगांना चालना देण्यात केंद्रीय बँकांचे योगदान मर्यादित असते हे आपण पाहिले आहेच. त्यामुळे अर्थव्यवस्थेचा गडगडणारा गाडा सावरण्यासाठी, उद्योगांच्या खंद्या पुरस्कर्त्यांनी रिझर्व्ह बँकेवर (व्याजाचे दर कमी करण्यासाठी) दबाव टाकण्याऐवजी सरकारप्रतीच्या आपल्या अपेक्षा (आर्थिक सुधारणा, रचनात्मक बदल इत्यादीविषयक) प्रभावीपणे मांडण्यावर भर दिला पाहिजे.

येणारा अर्थसंकल्प त्यादृष्टीने फार महत्त्वाचा ठरणार आहे. आपले सरकार उत्पादन क्षेत्रामधील गुंतवणूक वाढवेल की निव्वळ राजकोशीय तुटीचा विशिष्ट आकडा गाठण्यासाठी उत्पादक खर्चही कमी करेल? अशोधित तेलाच्या कमी झालेल्या किमतीचा फायदा किती व कसा करून घेईल? कर-उत्पन्नातील गळती कमी करण्यासाठी

आवश्यक असलेल्या वस्तू-सेवा कराचे ठोस वेळापत्रक मांडेल का? सरकारी बँकांच्या भांडवलाच्या तरतुदीसाठी कोणती उपाय-योजना करेल? कृषी क्षेत्रातील पुरवठा, मार्केटिंग, इत्यादि समस्यांवर काय हल काढेल? अनुत्पादक स्वरूपाचे अर्थसाहाय्य कमी करण्याचे कुठले मार्ग अंगिकारेल? आणि बचतीचा दर वाढवण्यासाठी कोणती पावले उचलेल? हे कळीचे प्रश्न मनात ठेवून आपण अर्थसंकल्पाचे मूल्यमापन केले पाहिजे.

जर अर्थसंकल्पाकडून आपल्या ह्या महत्त्वाच्या अपेक्षा पूर्ण झाल्या नाहीत तर पुनश्च: 'व्याज दर कमी व्हायला हवेत'चा जप जोरदारपणे सुरू होईल व त्यामुळे आग सोमेश्वरी, बंब रामेश्वरी हा जगभर चाललेला प्रकार आपल्या अगोदरच खिळखिळ्या झालेल्या अर्थव्यवस्थेतील वित्तीय जोखीम वाढवत राहील, हे नक्की.

३

अर्थस्य मूलं राज्यम्

आपल्या देशातील लोकांसाठी सगळ्यात अधिक त्वेषाने व पोटतिडकीने बोलण्याचा विषय म्हणजे आपल्या देशाच्या राजकीय वा आर्थिक प्रशासनाची (governance) खालावलेली स्थिती. गंमत म्हणजे ह्या चर्चांमध्ये सगळ्यांचाच समावेश असतो. - अगदी सामान्य नागरिकांपासून ते मोठमोठ्या कंपन्यांचे अधिकारी, बँकर्स, नोकरशहा, राजकारणी अशा सर्व प्रकारच्या लोकांच्या बोलण्यातून ह्या विषयीचे नैराश्य जाणवते. ह्या चर्चांचा रोख प्रामुख्याने भारतातील अपुऱ्या व सदोष पायाभूत सुविधा, अडेलतट्टू नोकरशाही, दफ्तर-दिरंगाई (red tapism) व भ्रष्टाचारावर असतो. गेल्या वर्षीच्या राष्ट्रीय निवडणुकांमध्येही पंतप्रधान मोदींचा पक्ष जिंकण्यामागे, मोदींनी दिलेले 'उत्तम प्रशासनावर (governance) आधारित विकास' हे आश्वासनच महत्त्वाचे ठरले. ज्या देशात प्रतिवर्ष एक ते दीड कोटीने तरुण/तरुणी श्रमिकदलात दाखल होतात त्या देशातील लोकांना साहजिकच ह्या देशाचे प्रशासन झपाट्याने सुधारावे व रोजगार-निर्मितीस अनुकूल वातावरण तयार व्हावे, असे वाटणे स्वाभाविक आहे.

तसं पाहिलं तर स्वातंत्र्यानंतरच्या ६०-६५ वर्षांतील आपल्या देशाची कामगिरी काही थोडीथोडकी नाही. उल्लेखनीय अशा कृषी क्रांतीमुळे अन्नधान्याच्या आयातीवर अवलंबून असणारा आपला देश आज तांदूळ, गहू, मका, सोयाबीन, साखर अशा अनेक महत्त्वाच्या कृषी उत्पादनांच्या निर्यातीत अग्रेसर आहे. अमेरिकेच्या कृषी विभागाच्या (USD-A) अलीकडच्या अहवालानुसार २००३-२०१३च्या दशकात भारतामधून होणाऱ्या कृषी उत्पादनांच्या निर्यातीतील वाढ संपूर्ण जगात सर्वाधिक होती. ह्याबाबतीत अगदी इंडोनेशिया, ब्राझील व चीनपेक्षाही भारत पुढेच होता.

जागतिक बँकेच्या अहवालाप्रमाणे स्वातंत्र्यप्राप्तीपासून आत्तापर्यंतच्या काळात, भारतीय लोकांची आयुर्मर्यादा दुप्पटीपेक्षा अधिक झाली तर साक्षरतेचे प्रमाण चौपट झाले. एकंदरीतच आरोग्यमानात विलक्षण सुधारणा झाली व मध्यमवर्गीयांचे प्रमाण लक्षणीय पद्धतीने वाढले. आज आपल्या देशातील अनेक जागतिक दर्जाच्या कंपन्या औषधे, माहिती-तंत्रज्ञान, पोलाद, अंतरीक्ष तंत्रज्ञान इत्यादी क्षेत्रात कार्यरत आहेत. भारताचा आंतरराष्ट्रीय राजकारण तसेच अर्थकारणातला प्रभावही वाढत चालला आहे.

भारतासाठी राजकीय क्षेत्रातील सर्वात मोठे यश म्हणजे ६७-६८ वर्षे टिकून राहिलेली लोकशाही. भाषा, संस्कृती, धर्म, वंश अशा अनेक बाबतीतील भिन्नता सोबत घेऊन टिकून राहिलेली लोकशाही ही काही छोटी बाब नव्हे. भारतातील मतदार नेहमीच आपल्या विवेकबुद्धीच्या जोरावर मत देत आले आहेत व अनेकदा सत्ताधीश पक्षांची सत्ता उलथवण्यात त्यांचे मत कामीही आले आहे. भारतीय राजकारणाचा इतिहासही हेच दाखवतो, की भारतामध्ये सत्तेवर असलेल्या पक्षांच्या वाट्याला जिंकण्याच्या तुलनेत हरणेच अधिकवेळा आले आहे. खरंतर लोकशाही पद्धतीमुळे ''मध्यम-उच्च वर्ग व जातीं'' पासून ते ''मागास जाती व वर्गां'' पर्यन्तचा सत्तांतराचा प्रवास सुकरपणे घडून आला आहे. एकेकाळी पिचलेल्या व दडपलेल्या समाजातील अनेक प्रतिनिधींचे एकूणच राजकारणातील व निर्णयप्रक्रियेतील वाढते प्रमाण ही भारतीय लोकशाहीने बजावलेली महत्त्वाची कामगिरी आहे, हे कुणीही नाकारू शकत नाही व याचे श्रेय प्रामुख्याने विधानमंडळ तसेच शासकीय सेवांमधून घटनात्मक तरतुदींमुळे राबवल्या जाणाऱ्या आरक्षणाच्या धोरणास दिले पाहिजे.

ही झाली भारताच्या आत्तापर्यंतच्या वाटचालीची उजवी बाजू. पण दुसरीकडे आर्थिक वाढ तसेच प्रगतीतील सातत्य, मानवी विकास ह्या प्रांतांत भारताची कामगिरी अत्यंत लांछनास्पद आहे. युनायटेड नेशन्स डेव्हलपमेंट प्रोग्रॅमच्या मानवी विकास निर्देशांकामध्येही १८७ देशांमध्ये भारताचा क्रमांक १३५ वा आहे. अगदी श्रीलंका व मालद्वीप सारखे देशही भारताच्या पुढे गेले आहेत. सध्या चलती असलेल्या ब्रीक्स राष्ट्रांमध्येही (म्हणजे ब्राझील, रशिया, भारत, चीन, साऊथ आफ्रिका इत्यादि) मानवी विकास निर्देशांकात भारताचा क्रमांक शेवटचा आहे. मुख्य म्हणजे आर्थिक प्रशासनाशी निगडित सर्व बाबींमध्ये- जसे की स्पर्धात्मकता, पारदर्शकता, सुलभपणे उद्योग करण्याची क्षमता, मानवी विकास - भारताचे स्थान खालच्या पातळीवर आहे. भारतापुढे दारिद्र्य, भ्रष्टाचार, हिंसाचार, स्त्रियांवरील अत्याचार, पायाभूत सुविधांचा तुटवडा, दिवाळखोरांना अद्दल घडवणाऱ्या कायद्यांचा अभाव, बौद्धिक मालमत्ता अधिकारांची पायमल्ली, दफ्तर दिरंगाई, पर्यावरणाच्या प्रश्नांकडे होणारे दुर्लक्ष, बरीच वर्षे भिजत पडलेले दावे/ खटले अशी अनेक आव्हाने असल्यामुळे आर्थिक

प्रशासनामधली भारताची घसरण अव्याहतपणे चालू आहे.

ह्यामागच्या कारणांचा शोध घेण्यासाठी स्वातंत्र्योत्तर काळातील आर्थिक इतिहासाकडे अधिक बारकाईने बघण्याची गरज आहे. आपल्या देशात, राजकीय प्रांतात जरी सर्वसमावेशकता साधली गेली असली तरीही आर्थिक क्षेत्रासाठी स्वातंत्र्यानंतर स्वीकारल्या गेलेल्या मिश्र अर्थव्यवस्थेच्या मॉडेलने भारताच्या आर्थिक प्रशासनासाठी अनेक गंभीर आव्हाने निर्माण केली. तत्त्वत: जरी ह्या मॉडेलमध्ये समाजवाद व भांडवलदारी अशा दोन्ही आर्थिक व्यवस्थांचे मिश्रण अध्याहृत होते तरीही प्रत्यक्षात भारताने स्वीकारलेली पद्धती समाजवादाकडेच झुकलेली होती. एकीकडे खाजगी क्षेत्राचे महत्त्व मान्य केले असले तरीही प्रत्यक्षात खाजगी उद्योगांच्या प्रस्थापनेपासून ते किंमती, क्षमता अशा अनेक बाबींवर कडक निर्बंध लादले गेले होते. स्वातंत्र्यप्राप्तीनंतरचे पहिले दशक जरी सुरळीतपणे पार पडले तरीही ह्या निर्बंधांमुळे तसेच उद्योगांमधील राजकीय हस्तक्षेपामुळे हळूहळू गुंते निर्माण होण्यास सुरुवात झाली. रोजगारहमी व नोकऱ्यांसाठीच्या सुरक्षिततेमुळे जबाबदारीची (accountability) भावना कमी होऊ लागली. १९४७ ते १९९१ ह्या काळात भारतीय अर्थव्यवस्थेवरची केंद्र सरकारची पकड अधिकाधिक घट्ट होत गेली व एकूणच अर्थव्यवस्था अंतराभिमुख बनली. सरकारी हस्तक्षेप व आयात पर्यायाच्या (import substitution) धोरणामुळे आपल्या देशाला महायुद्धोत्तर काळातील जागतिक व्यापार विस्ताराचा फायदाही घेता आला नाही. देशाची वाढ प्रतिशत ३.५ वर थिजली (ज्याला उपहासाने हिंदू वृद्धीदर म्हणण्यात यायचे) व आपण इतर आशियाई देशांच्या तुलनेत अनेक योजने मागे पडलो. सतत वाढणाऱ्या आंतरराष्ट्रीय व्यापारातील तुटीमुळे आयात-निर्यात ताळेबंद बिनसला होताच, त्यात १९८०च्या दशकात भडकलेल्या अशोधित तेलाच्या किमतींनी भर घातली. त्यात विदेशी विनिमय दर व्यवस्थितपणे सांभाळला न गेल्याने निर्यातीची वाढ खुंटली. १९८२ ते १९८५ ह्या काळात - म्हणजेच राजीव गांधी पंतप्रधान असताना, अर्धवटपणे का होईना पण जी आर्थिक उदारीकरणाची धोरणे राबवली गेली त्यांचा काही काळ फायदाही झाला, पण तो टिकू शकला नाही. बिनसलेला आंतरराष्ट्रीय ताळेबंध व अवाजवी पद्धतीने वाढलेल्या राजकोशीय तुटीमुळे शेवटी भारताला खुल्या आर्थिक धोरणांचा स्वीकार करावा लागला व बऱ्यापैकी वेगाने खाजगीकरणाची तसेच जागतिकीकरणाची प्रक्रिया आपल्या देशात सुरू झाली. पंतप्रधान नरसिंह रावांच्या तसेच नंतर अटलबिहारी वाजपेयींच्या काळात घडून आलेल्या आर्थिक सुधारणा सर्वज्ञात आहेतच. परवाना पद्धतीला (licence-raaj) दिलेले हादरे, झपाट्याने कमी करण्यात आलेल्या जकाती/ प्रशुल्क, व्याज दरांचे अविनियमन (deregulation), परदेशी गुंतवणुकीसाठी उघडण्यात

आलेली दारे, सार्वजनिक क्षेत्रातील मक्तेदारीस घातलेला आळा व पुढे गोल्डन क्वाड्रिलॅटरल रोड प्रोजेक्ट सारखे प्रकल्प ह्याविषयी पुन्हा पुन्हा लिहिले जातेच. ह्या सुधारणांचा देशाला झालेला फायदा कुणीही नाकारू शकत नाही. २००१-२०१०च्या दशकात, आर्थिक वृद्धीदर तर ७.५ ते ८ टक्के एवढा वाढलाच, पण उपभोगाच्या अनेक वस्तू बाजारपेठेत आल्या, मोकळ्या हातांनी खर्च करणाऱ्या सक्षम मध्यमवर्गीयांचे प्रमाण वाढले, परकीय चलनाच्या निधीमध्ये निरोगी पद्धतीने वाढ झाली व एकूणच देशाच्या अर्थव्यवस्थेला स्थैर्य लाभले. दुर्दैवाने पुढील काही वर्षांत अनेक बाबतीत देशाचा गाडा ढासळायला सुरुवात झाली. काही अंशी जागतिक अर्थव्यवस्थेतील वित्तीय अरीष्ट ह्या स्थितीस कारणीभूत ठरले तर काही अंशी आपले देशांतर्गत प्रश्न जसे की महाघोटाळे व भ्रष्टाचाराची प्रकरणे, त्यामुळे उद्भवलेला धोरण लकवा, गुंतवणूक व करांसंबंधातले काही चुकीचे निर्णय, राजकीय नेतृत्वातील वाढलेली फट इत्यादी.

साहजिकच या ठिकाणी असा प्रश्न निर्माण होतो की १९९१-९२ पासून सुरू झालेल्या खुल्या आर्थिक धोरणांमुळे वा उदारीकरणाच्या प्रक्रियेमुळे भारताची आर्थिक प्रगती वा आर्थिक प्रशासन सातत्याने का सुधारले नाही? नवीन आर्थिक सुधारणांचा अर्थव्यवस्थेच्या वैधतेवर (legitimacy), जबाबदारपणावर (responsibility) व पारदर्शकतेवर (transparency) का बरे सुप्रभाव पडला नाही ? का आपला देश आशियाई वाघांसारखी आर्थिक प्रगतीत घोडदौड करू शकला नाही?

याचे मुख्य कारण असे की आपली आर्थिक उदारीकरणाची प्रक्रियाही बऱ्याच अंशी धेडगुजरीच होती. आत्तापर्यंत सत्तेवर आलेल्या सर्व पक्षाच्या नेत्यांनी वरकरणी जरी उदारीकरणाला उघडपणे पाठिंबा दिला असला तरीही प्रगतीच्या आड येणाऱ्या महत्त्वाच्या संविधानिक आघाड्यांना (lobbies) -मग त्या श्रमिक संघांच्या असोत व श्रीमंत शेतकऱ्यांच्या असोत- कुणीही हात लावला नाही. प्रश्न श्रीमंत शेतकऱ्यांना कर भरायला लावण्याचा असो वा कामगार कायद्यात सुधारणा घडवून आणण्याचा असो वा खते/इंधन ह्यांवरील अनुत्पादक अर्थसाहाय्य बंद करण्याचा असो, कुठल्याही सरकारने ह्यांवर ठोस कारवाई करणे नेहमीच टाळले. गंमत म्हणजे हे सगळे जरी समाजवादाच्या नावाखाली चालले असले तरीही प्रत्यक्ष आकडेवारी हेच दाखवते की उदारीकरणानंतरच्या २०-२५ वर्षांत भारतातील आर्थिक विषमता जबरदस्त प्रमाणात वाढली. भ्रष्टाचार, गलथान राज्यकारभार व रक्कम गळतीसारख्या समस्यांमुळे अनुदानांचा व्हावा तितका फायदा खऱ्याखुऱ्या गरीब लोकांना विशेष झालाच नाही.

१९९१-९२च्या आर्थिक उदारीकरणानंतरही आपल्या देशाचे राज्य भांडवलशाहीमधून (state capitalism) बाजारावर आधारित अर्थव्यवस्थेत (market economy) खऱ्या अर्थाने रूपांतरित होऊ शकले नाही. बाजारावर आधारित अर्थव्यवस्था निर्माण करण्याची नुसती इच्छा असून भागत नाही तर त्याकरता खूप कष्टाने ह्या प्रकारच्या अर्थव्यवस्थेस अनुकूल अशी मूल्ये, कौशल्ये निर्माण करावी लागतात तसेच संस्थात्मक संरचनेची उभारणी करावी लागते. भारतात हे घडून आले नाही कारण राज्य भांडवलशाहीचे फायदे उकळणाऱ्या लोकांनी व ह्या व्यवस्थेत हितसंबंध गुंतलेल्यांनी आर्थिक सुधारणेच्या प्रक्रियेला (मूकपणे) आळा घालण्याचा प्रयत्न केला व ह्या सुधारणांची गती कमी कशी राहिल ते पाहिले. राज्यकेंद्रित नोकरशाही वर्गाने आर्थिक प्रशासनावरची स्वत:ची पकड कधीच ढिली होऊ दिली नाही. आर्थिक उदारीकरणानंतरही सार्वजनिक कंपन्यांचे अनुसूचित (listed) कंपन्यांमधील प्रमाण २००३ ते २०१३च्या दशकात ४१.० टक्क्यांवरून वरून ४३ टक्क्यांएवढे एवढे वाढले, जे खरंतर वास्तवात कमी होणे आवश्यक होते. उदारीकरण होऊनही खाजगी क्षेत्रातील कंपन्यांना उद्योगवाढीसाठी आवश्यक असलेली आर्थिक मुभा पुरेशा प्रमाणात मिळाली नाही. अनेक क्षेत्रांमध्ये सरकारची भूमिका परस्पर विरोधाची राहिली. उदा. दूरसंचारण क्षेत्रात सरकारने एकाचवेळी आर्थिक सुविधा पुरवणाऱ्याची तसेच नियंत्रकाची भूमिका बजावली, जे आर्थिक प्रशासनाच्या आचारसंहितेला धरून नव्हते.

ह्यावर मार्ग काय? यासंदर्भात मायकल मांडेल्बोम ह्या अमेरिकेतील नावाजलेल्या राज्यशास्त्रज्ञाचे संक्रमणात्मक (transitional) अर्थव्यवस्थांवरचे संशोधन बऱ्याच अंशी कार्ययुक्त (relevant) वाटले. त्यांच्याच शब्दात सांगायचे झाले तर मुक्त बाजार-व्यवस्था ही लोकशाही निर्मितीची पूर्वअट आहे. कारण मुक्त बाजारपेठेच्या केंद्रस्थानी खाजगी मालमत्तेची संकल्पना असते व राजकीय लोकशाहीच्या निर्मितीकरता आर्थिक स्वातंत्र्य आवश्यक असतं. मुक्त बाजारावर आधारित अर्थव्यवस्थांमधून सहजपणे संपत्ती निर्माण होते व आर्थिकदृष्ट्या संपन्न देशांमधील लोकशाही अधिक सक्षम असल्याचे आढळून येते. कारण आर्थिकदृष्ट्या संपन्न असलेल्या लोकांमध्ये राजकीय तसेच आर्थिक व्यवहारात डोळसपणे सहभागी होण्याची क्षमता अधिक असते. मुक्त बाजारावर आधारित अर्थव्यवस्थेचा व उत्तम नागरी संस्कृतीचा जवळचा संबंध असतो कारण अशा अर्थव्यवस्थांमध्येच सरकारी मदतीशिवाय अनेक चांगले प्रकल्प राबवता येतात.

मुक्त बाजारव्यवस्थेच्या मुळाशी आर्थिक व्यवहार करणाऱ्यांमधला परस्पर विश्वास अतिशय महत्त्वाचा असतो. नाहीतर आर्थिक व्यवहार बिनदिक्कतपणे पार पडणारच नाहीत. तसेच ह्या व्यवस्थेत परस्पर सामंजस्याने होणाऱ्या तडजोडीलाही खूप महत्त्वाचे स्थान असते. मुक्त बाजारव्यवस्थेशी निगडित ही दोन्ही मूल्ये - परस्पर विश्वास व तडजोड - लोकशाही सक्षम करण्यासाठीही आवश्यक असतात. ह्यामुळेच

हिंसक परिस्थितीमध्ये शांततामय पद्धतीने तडजोडी घडवून आणणे शक्य होते. लोकशाही टिकवण्यासाठी विश्वासही अत्यंत महत्त्वाचा असतो. नागरिकांना हा विश्वास हवा असतो की त्यांच्या मूलभूत अधिकारांची पायमल्ली सरकारकडून होणार नाही व अल्पसंख्यांकांना ही खात्री हवी असते की बहुसंख्यांक त्यांना इजा पोचवणार नाहीत.

आता आर्थिक यशासाठी, एकसूत्री कारभार असलेल्या देशांचेही उदाहरण दिले जाते - जसे की चीन, द. कोरिया, तैवान, सिंगापूर, इत्यादी. ह्या बाबतीत एक मुद्दा लक्षात घेतला पाहिजे की एकसूत्री कारभार असलेल्या देशांची आर्थिक भरभराट कितीही झाली असली तरीही विपरित परिस्थितीत ह्या देशांमध्ये दीर्घकालीन अरिष्ट निर्माण होण्याची शक्यता अधिक असते. त्यामानाने लोकशाही असलेल्या देशांमध्ये तुलनेने अधिक प्रमाणात आर्थिक स्थैर्य दिसून येते.

भारताच्या लोकशाहीमधून उत्तम आर्थिक प्रशासन निर्माण होऊ शकलं नाही ह्याचं कारण कदाचित आपण मुळातच खुल्या बाजाराची संकल्पना स्वीकारली नाही, हे असू शकतं. १९९१-९२ नंतरच्या उदारीकरणावरही अगोदरच्या चव्वेचाळीस-पंचेचाळीस वर्षांच्या आर्थिक मॉडेलचा प्रभाव शिल्लक असल्यामुळे हे उदारीकरणही धेडगुजरी पद्धतीनेच झालं. ज्या संस्था, मूल्ये व कौशल्ये खुल्या बाजारावर आधारित अर्थव्यवस्थेच्या बांधणीसाठी आवश्यक असतात, त्यांच्या आधारे उदारमतवादी लोकशाहीची सुलभ निर्मिती होते, हे जगाच्या आर्थिक इतिहासातून दिसून येते. जगातील अनेक प्रगत देशात आज उदारमतवादी लोकशाही अत्यंत निरोगी पद्धतीने टिकून राहिल्या आहेत व ह्या देशांमधले आर्थिक प्रशासनही उजव्या दर्जाचे आहे.

ह्याचा अर्थ हा नव्हे की बाजारावर आधारित अर्थव्यवस्थांमध्ये सर्वकाही आलबेल असते. ह्या अर्थव्यवस्थांच्या स्थैर्यासाठी देखील अत्यंत मजबूत अशी नियंत्रणाची चौकट आवश्यक असतेच. पण नियंत्रण म्हणजे केवळ ताबा ठेवणे नव्हे. मुख्य म्हणजे नियंत्रण असे हवे की, जे खाजगी क्षेत्राच्या अनैतिक कृत्यांना तर आळा घालेलच पण सरकारी यंत्रणांच्या मलई गोळा करण्याच्या प्रवृत्तींनाही नियंत्रित करेल.

आर्थिक स्वातंत्र्याशिवायचे राजकीय स्वातंत्र्य उदारमतवादी लोकशाही निर्माण करू शकत नाही हेच खरं. दुर्दैवाने अशा प्रकारची संस्थात्मक संरचनेची चौकट निर्माण करण्यासाठी आवश्यक असलेला लोकांचा पाठिंबा व एकूणच प्रक्रिया खूप लांबलचक व किचकट असल्यामुळे प्रगत देशांप्रमाणे आर्थिकदृष्ट्या संपन्न व उदारमतवादी लोकशाही भारतात येण्यास अनेक दशके लागतील.

टीप – वरील लेख, लेखिकेने १८ फेब्रुवारी, २०१५ रोजी दिलेल्या व Asiatic Society ने आयोजित केलेल्या व्याख्यानाचा गोषवारा आहे.

४

महागाईरूपी महामाया

गेल्या काही वर्षांत ज्या आर्थिक प्रश्नांनी भारतातील जनतेला व धोरणकर्त्यांना जेरीस आणले आहे, त्यातील कळीचा प्रश्न म्हणजे अत्यंत चिवटपणे टिकून राहिलेली अन्न महागाई (food inflation). नुकत्याच जाहीर झालेल्या मुद्रा-धोरणातही (७ एप्रिल, २०१५) रिझर्व्ह बँकेने संभाव्य अन्न महागाईचा मुद्दा पुढे करून आगामी धोरणांपुढची आव्हाने अधोरेखित केली आहेत.

अन्नधान्यांच्या त्याचप्रमाणे इंधनांच्या किंमती जर सतत वाढत राहिल्या तर लोकांची अंदाजपत्रके कोलमडायला वेळ लागत नाही हे आपण बघतोच, कारण भारतासारख्या विकसनशील देशात बहुतेक लोकांच्या एकूण खर्चातील मोठा हिस्सा हा अन्नधान्ये व इंधनांवर केलेल्या खर्चाचा असतो. जेव्हा अन्नधान्ये किंवा इंधने महागायला सुरुवात होते तेव्हा आता एकूणच महागाई वाढत जाणार असे अंदाज बांधणे सुरू होते व पर्यायाने वेतनवाढीच्या मागण्या सुरू होतात. संघटित क्षेत्रातील वेतनवाढ ही राहणीखर्च निर्देशांकाशी (consumer price index) जोडलेली असल्यामुळे व अन्नधान्ये/इंधनांचे राहणीखर्च निर्देशांकातील प्रमाण उजवे असल्यामुळे वेतन तर वाढतेच पण वाढीव वेतनामुळे अन्नधान्या व्यतिरिक्त गोष्टींवर खर्च करणेही सुलभ होते. ह्यामुळे इतर गोष्टींच्या किंमतीही वाढू लागतात. थोडक्यात काय तर अन्नधान्ये किंवा इंधनातून सुरू झालेली महागाई हळूहळू सर्वव्यापी बनत जाते.

गेल्या दहा वर्षांत काही महिन्यांचा अपवाद वगळता भारतामधली अन्न महागाई ही एकूण महागाईपेक्षाही वरच्या स्तरावर चिवटपणे टिकून राहिली आहे. ही महागाई वाढवण्यात तृणधान्ये, डाळी, दूध, फळे, भाज्या, अंडी, मांस, मासे इत्यादी पदार्थांचे

योगदान सर्वाधिक राहिले आहे.

जागतिक पातळीवरील अन्न महागाईपेक्षाही भारतामधली अन्न महागाई नेहमीच उजवी (चढी) राहिली आहे. उदा. १९९० ते २०१३ ह्या काळात जगासाठीचा अन्न किंमत निर्देशांक सुमारे ९६ टक्क्याने वाढला, तर भारतासाठीचा अन्न किंमत निर्देशांक तब्बल ५१४ टक्क्याने वाढला. भारतातील अन्न महागाई चढी राहण्यामागे आर्थिक कारणांइतकीच राजकीय कारणेही महत्त्वाची आहेत.

पुरवठ्याच्या बाजूने विचार केला तर भारताच्या मान्सून वर्षांवरील अतिरिक्त अवलंबत्वामुळे (कारण जलसिंचनाची तसेच पाटबंधाऱ्यांची पुरेशी व्यवस्था नसल्यामुळे), जेव्हा जेव्हा नैसर्गिक आपत्तींचा (पूर किंवा दुष्काळ इत्यादी) फटका बसतो तेव्हा साहजिकच कृषी उत्पादन धोक्यात येते. हे झाले अल्पमुदती झटके पण दीर्घकालीन परिणाम करणाऱ्या रचनात्मक बाबी देखील लक्षात घेतल्या पाहिजेत. निर्यातीमधून मिळणाऱ्या फायद्यांच्या आशेने अतिरिक्त प्रमाणात घेतली जाणारी नगदी पिके, पर्यावरणाकडे सातत्याने होणारे दुर्लक्ष ह्यामुळेही कृषिक्षेत्राची उत्पादकता कमी होत गेली आहे. अनेक वर्षे युरिया खताची किंमत इतर खतांच्या किंमतींपेक्षा कृत्रिमरीत्या कमी ठेवल्यामुळे युरिया खताचा जास्त वापर करण्याची प्रवृत्ती बळावली आहे व त्यामुळेही जमिनीचा कस व कृषी उत्पादकता कमी होत चालली आहे. परिणामी अनेक अन्नधान्ये महागत चालली आहेत.

आपल्या देशामध्ये कृषिक्षेत्राच्या एकूण उत्पन्नाच्या २५ टक्के एवढा भाग कृषिक्षेत्रावर करण्यात येणाऱ्या सरकारी खर्चाचा असतो व ह्या खर्चापैकी ३/४ एवढी रक्कम खते, वीज व पाणी - ह्यांसाठीच्या अर्थसाहाय्यामध्येच खर्ची पडतात. फक्त १/४ एवढे पैसे पायाभूत सुविधांसाठी खर्चिले जातात. त्यामुळे इतर आशियाई देशांच्या तुलनेत, भारतीय कृषि क्षेत्राची उत्पादकता अतिशय कमी राहिली आहे.

मागणीच्या बाजूने पाहिलं तर भारताची लोकसंख्या दरसाल १-२ टक्क्यांनी वाढते आहे. इतर देशांशी तुलना करायची झाली तर अमेरिकेतील लोकसंख्या दरसाल ०.७ टक्क्याने तर चीनमधली अवघी ०.५ टक्क्याने वाढत आहे. त्यात भारतीय लोकसंख्येत तरुण माणसांचे प्रमाण जास्त आहे (जवळपास ४६ टक्के). शिवाय २००३ सालापासून भारताचे एकूण आर्थिक उत्पन्न झपाट्याने वाढल्यामुळे जनतेची क्रयशक्तीही वाढली आहे. विस्तारत चाललेला मध्यमवर्ग, राजकीय प्रोत्साहनातून वाढलेले ग्रामीण भागातील वेतन (ज्याचा उत्पादकतेशी विशेष संबंध नाही), महात्मा गांधी राष्ट्रीय ग्रामीण रोजगार हमी योजनेखाली होणारा पैसा-वाटप (ज्यामुळे ग्रामीण लोकांच्या हातातील केवळ पैसाच वाढला नाही तर मजुरीसाठीच्या सौदेबाजीची क्षमताही वाढली), वेतन आयोगाच्या शिफारसींमुळे वाढणारे उत्पन्न तसेच अनेक समाज-

कल्याणकारी योजनांमुळे लोकांच्या हातात खेळणारा पैसा – ह्यामुळे मागणीचे प्रमाण वाढते राहिले आहे. वाढणाऱ्या उत्पन्नामुळे व त्यातून आलेल्या आरोग्यविषयक भानामुळे पोषणतत्त्वे अधिक असलेल्या पदार्थांवरील खर्चही वाढला आहे. पण त्याप्रमाणात प्रथिनयुक्त पदार्थ तसेच भाज्या व फळे ह्यांचे उत्पादन न वाढल्यामुळे ह्या पदार्थांच्या किंमतींमध्ये जबरदस्त वाढ झाली आहे.

ग्रामीण भागातील मजुरीचे दर वाढल्यामुळे शेतकऱ्यांचा उत्पादनखर्च वाढला आहे व पर्यायाने कृषी उत्पादनांच्या किंमतीही वाढल्या आहेत. त्यात २००७–०८च्या सुमारास आलेल्या जागतिक अरिष्टाच्या काळात अर्थव्यवस्थेला सावरून घेण्यासाठी जे आर्थिक प्रोत्साहन देण्यात आले त्यामुळेही लोकांची क्रयशक्ती वाढली, अन्न-धान्यावरील खर्च वाढला व किंमतवाढीस चालना मिळाली.

अगोदर म्हटल्याप्रमाणे अन्नधान्याच्या किंमतवाढीमागचे अर्थकारण जितके महत्त्वाचे आहे तितकेच राजकारणही महत्त्वाचे आहे. इथे किमान पुरवठा किंमतींची (minimum support prices) महागाई प्रक्रियेमधील भूमिका समजून घेणे गरजेचे आहे. मुळात किमान पुरवठा किंमतींची संकल्पना ही शेतकऱ्यांच्या उत्पादनाला वाजवी किंमत मिळवून देण्याच्या प्रेरणेतून निघाली. ह्या किंमती एक प्रकारे कृषीउत्पादनाच्या बाजारमूल्यांचा तळ (floor) ठरवतात व सरकार ह्या किंमतींवर शेतकऱ्यांकडून त्यांचे उत्पादन विकत घेण्यास बांधील असते. ह्याचा हेतू आपत्कालीन परिस्थितीत शेतकऱ्यांस एक प्रकारची सुरक्षितता व स्थैर्य पुरवणे हा असतो. पण ह्या सर्व प्रकारात हळूहळू राजकारण शिरल्यामुळे गेल्या दशकात ह्या किंमतींमध्ये अतिरिक्त वाढ करण्यात आली. २००४ सालापासून (जवळपास प्रत्येक वर्षात) गहू, तांदूळ, डाळी, मका इत्यादींच्या किमान पुरवठा किंमतींत दरसाल बारा ते पंधरा (सरासरी) वाढ करण्यात आली. गंमत म्हणजे ज्या धान्यांच्या किंमती सरकार वाढवते, त्या धान्यांच्या प्रत्यक्ष पुरवठयाशी किंवा उपलब्धतेशी ह्या किंमतवाढीचा जवळपास संबंध नसतो. ज्यावर्षी एखाद्या धान्याच्या उत्पादनाने उच्चांक गाठलेला असतो, त्यावर्षीही त्या विशिष्ट धान्याची किमान पुरवठा किंमत पंचवीस ते तीस टक्क्यांनी वाढवल्याची अनेक उदाहरणे देता येतील. आजमितीला अतिशय महत्त्वाच्या अशा पंचवीस धान्यांसाठी किमान पुरवठा किंमती ठरवल्या जातात. ह्या वस्तूंचे राहणीखर्च निर्देशांकातील वजन तीस–चाळीस टक्क्याहूनही अधिक आहे. शिवाय कुठल्याही ठोस कारणांशिवाय राजकीय हेतूंसाठी वाढवण्यात आलेल्या किमान पुरवठा किंमतींमुळे बाजारात चुकीचे संकेत दिले जातात, वाजवीपेक्षा जास्त प्रमाणात ही धान्ये पिकवली जातात. धान्ये साठवण्यासाठी पुरेशा प्रमाणात कोठारे नसल्यामुळे धान्ये सडण्याचे व वाया जाण्याचे प्रमाणही आपल्या देशात जास्त आहे. भारतीय खाद्य निगमाची (food corporation of India) जबाबदारी जरी आवश्यक त्या

प्रमाणात धान्यसाठे ठेवण्याची असली तरीही अतिरिक्त प्रमाणात जर धान्ये पिकवली गेली तर भारतीय खाद्य निगमालाही सक्तीची उचल करावी लागते. हे धान्यसाठे योग्य प्रमाणात न बाळगल्यामुळे व गरजेनुसार धान्यांचा पुरवठा करण्यात (शासनाला) आलेल्या अपयशामुळेही गेली अनेक वर्षे अन्न महागाई वाढलेली आपण अनुभवली आहे. शिवाय धान्यखरेदीचा खर्चही अन्न महागाईत भरच टाकतो.

किमान पुरवठा किंमत योजनेचा अजून एक तोटा म्हणजे ह्या पद्धतीमुळे शेतकरी तृणधान्ये, डाळी पिकवण्यावर जास्त भर देतात व इतर आवश्यक वस्तू - तेलबिया, फळे, भाज्या, इत्यादी तुलनेने कमी पिकवतात.

एकमात्र खरं की किमान पुरवठा किंमत योजनेवर गेल्या काही वर्षांत एवढी टीका करण्यात आली आहे की २०१४-१५मध्ये नव्याने निवडून आलेल्या सरकारने गेल्या वर्षात ह्या किंमतीतील वाढ अत्यंत मर्यादित ठेवली (सरासरी २ टक्के) व धान्य-साठ्यांमधून धान्यही योग्य प्रकारे बाजारात आणले. ह्यामुळे अन्न महागाई आटोक्यात ठेवण्यात त्यांना बऱ्यापैकी यश मिळाले.

अन्न महागाई वाढवणारा अजून एक प्रकार म्हणजे अत्यावश्यक वस्तू कायदा (essential commodity act), ज्यामुळे अत्यावश्यक वस्तूंच्या साठ्यांवर निर्बंध घातले जातात, एक प्रकारची अनिश्चितता निर्माण होते व अत्यावश्यक वस्तूंच्या किंमती वाढू लागतात.

दुसरा महत्त्वाचा प्रकार म्हणजे कृषी उत्पन्न बाजार समिती कायदा, ज्यानुसार कृषीउत्पादनाची विक्री सरकारी मंड्यांमधूनच व्हायला हवी अशी सक्ती करण्यात आली आहे. ह्या कायद्यामुळे शेतापासून पोटापर्यन्त होणारा अन्नधान्याचा प्रवास अतिशय कठीण होऊन बसला आहे. प्रवासखर्च, भाडेखर्च, अनेक प्रकारची दलाली, मंड्यांनी लादलेले कर इत्यादींमुळे शेतावरील किंमतीपेक्षा किरकोळ बाजारातील किंमत कमीतकमी वीस टक्क्यांने जास्त असल्याचे निदर्शनास आले आहे.

अन्न महागाई ही राज्यकर्त्यांना अडचणीत आणणारी गोष्ट असल्यामुळे ह्या महागाईला आटोक्यात आणण्यासाठी बऱ्याच वेळा तात्कालिक (ad hoc) उपाय योजना केल्या जातात. बऱ्याचवेळा अत्यावश्यक वस्तूंचे वायदे बाजार (future markets) बंद केले जातात किंवा कांदे/बटाटे अशांसारखे पदार्थ, अत्यावश्यक वस्तू कायद्याखाली आणून त्यांच्या साठ्यांवर निर्बंध लादले जातात किंवा निर्यात योग्य अशा कृषी उत्पादनांच्या किंमती वाढवल्या जातात, जेणेकरून ह्या वस्तूंची स्थानिक बाजारांमधील उपलब्धता वाढेल. पण हे सर्व हतबलतेमधून घेतलेले तात्पुरते उपाय असल्यामुळे मूळ प्रश्न सोडवण्यासाठी त्यांचा फारसा उपयोग झालेला दिसत नाही.

खरी गरज आहे कृषिक्षेत्राची उत्पादकता वाढवण्याची. अजूनही लागवडीखाली

असलेल्या जमिनीपैकी पंचावन्न टक्के जमिनीला जलसिंचनाचा लाभ झालेला नाही. जलसिंचन पद्धतींचा विकास व पाण्याचे व्यवस्थापन, कृषिक्षेत्राला आवश्यक अशा पायाभूत सुविधांचा विस्तार, जमिनीचा कस कमी करणाऱ्या व साधन-संपत्तीचा ऱ्हास घडवणाऱ्या अर्थसाहाय्याचा पुनर्विचार, वाढीव गुंतवणूक, तंत्रज्ञानाचा सुयोग्य वापर, खंडित जमिनीची उत्पादकता वाढवण्याचे प्रयत्न, वखारी, कोठारे, शीतगृहे इत्यादींची उपलब्धता वाढवणे, सुधारित मार्केटिंग, कार्यक्षम अशी दळणवळणाची साधने - ह्या सर्व बाबींकडे लक्ष देण्याची जास्त गरज आहे. कृषिक्षेत्राला भरमसाठ आर्थिक सूट दिल्यामुळे, रोजगार हमीसारख्या योजना राबविल्यामुळे, बँकांवर प्रथम कर्जे देण्याची व नंतर ती माफ करण्याची सक्ती केल्यामुळे व कृषिक्षेत्राची उत्पादकता तर वाढत नाहीच पण लोकांना निष्क्रिय बनवणारी मिंधेपणाची वृत्ती बळावते.

दुसरं म्हणजे कृषी उत्पन्न बाजार समिती कायदा रद्द करण्याची गरज आहे. ह्यामुळे शेतकरी व किरकोळ विक्रेते एकमेकांशी थेट जोडले जातील व दलालीवरील खर्च मोठ्या प्रमाणात वाचेल. फळे, भाज्या ह्यांसारखे अनेक नाशवंत पदार्थ मोठ्या प्रमाणात वाया जात असल्यामुळे त्यांच्या घाऊक व किरकोळ किंमतीत खूप अंतर पडते. हे टाळण्यासाठी संघटित किरकोळ (organised retail) क्षेत्राची वाढ होणे अतिशय गरजेचे आहे. ह्यामुळे नाशवंत पदार्थ साठवण्याच्या किंवा टिकवण्याच्या उत्तम व आधुनिक पद्धती विकसित होऊ शकतील व ह्या नाशवंत पदार्थांची किंमतवाढ आटोक्यात राहू शकेल.

कृषिक्षेत्राशी संबंधित आयातनिर्यात धोरणे सतत बदलत राहिल्यामुळे, एक प्रकारच्या अनिश्चिततेमुळे, कृषी उत्पादनाच्या नियोजनात अडचणी निर्माण होतात. निर्यातयोग्य कृषीउत्पादनाच्या किंमती कृत्रिमरीत्या वाढवल्यामुळे व ह्या उत्पादनांची निर्यात क्षेत्रातील स्पर्धात्मकता कमी केल्यामुळे, शेतकऱ्यांना मोठ्या प्रमाणात नुकसान सोसावे लागते. हयाऐवजी परिवर्तनशील निर्यात करासारखा (variable export tax) पर्याय नैमित्तिक तुटवड्याला तोंड देण्याच्या दृष्टीने अधिक योग्य वाटतो. ह्यामुळे कृषी उत्पादनाच्या किंमतीमधील अस्थैर्य कमी होईल.

वायदे बाजार योग्य प्रकारे नियंत्रित न केल्याने वाढलेल्या सट्टेबाजीमुळे जर अन्न महागाई वाढत असेल तर त्यावर वायदे बाजार बंद करणे हा उपाय होऊ शकत नाही. निरनिराळ्या वस्तूंसाठीचे वायदे बाजार सक्षम करण्यासाठी, व्यापाऱ्यांवर अवाच्यासवा लादलेले मार्जिन कमी करणे गरजेचे आहे, ज्यामुळे अनेक लघु व्यापारीदेखील ह्या बाजारात सहभाग घेऊ शकतील व सट्टेबाजीला आळा बसू शकेल.

थोडक्यात काय तर अन्न महागाईला तोंड देण्यासाठी उत्पादन, विक्री, वितरण व व्यापार अशा सर्व बाबींवर, युद्ध-पातळीवर काम होण्याची खरी गरज आहे, नाहीतर शेतापासून पोटापर्यंतचा प्रवास अधिकच खडतर बनत जाईल.

५

खाणीत कोळसा, जगाला वळसा

भारताच्या आर्थिक वाढीचा व कोळशाचा घनिष्ट संबंध आहे हे आपण जाणतोच. आपण वापरतो त्या प्राथमिक ऊर्जेपैकी पंचेचाळीस टक्के एवढी ऊर्जा कोळशापासून निर्माण केली जाते, तर एकूण वीज निर्मितीपैकी बहात्तर टक्के वीज बनवण्यासाठी कोळसा वापरला जातो. त्यामुळेच कोळशाच्या वापरात आपला क्रमांक अख्ख्या जगात तिसरा आहे. आर्थिक विकासाच्या ज्या टप्प्यावर आपला देश आहे ते लक्षात घेता, येणाऱ्या दशकांमध्ये, कोळशासाठीची मागणी उग्र स्वरूप धारण करणार हे नक्की. आंतरराष्ट्रीय ऊर्जा आयोगाच्या भाकीतानुसार २०१२ ते २०४० ह्या काळात भारतीय लोकांची ऊर्जेसाठीची मागणी दुपटीहून अधिक वाढणार आहे आणि अणुऊर्जेत (nuclear energy) व अक्षयऊर्जेत (renewable energy) कितीही गुंतवणूक केली तरीही पुढील अनेक दशकांसाठी, कोळसा हेच ऊर्जानिर्मितीसाठी महत्त्वाचे इंधन असणार आहे. कोळशावरचे अवलंबत्व वाढण्याचे मुख्य कारण हे की आपल्या देशात कोळशाचा उपलब्ध साठा भरपूर प्रमाणात आहे, अगदी एकूण जगामध्ये आपल्याला पाचव्या क्रमांकावर ठेवण्याइतका!

मात्र भारतात उपलब्ध असलेल्या कोळशाच्या आर्थिक व्यवहार्यतेबद्दल तज्ञांच्या मनात अनेक शंका आहेत. मुख्यत: पोलाद किंवा वीजनिर्मिती क्षेत्रात अत्याधुनिक तंत्रज्ञानाचे जे प्रयोग करण्यात येतात त्यासाठी भारतीय कोळसा विशेष अनुकूल नसल्याचे अनेकदा दिसून आले आहे. भारतीय कोळशाच्या (अर्थात असंस्कारित स्वरूपातील) मर्यादित उपयुक्ततेमुळे, येणाऱ्या दशकात कोळशाची आयात मोठ्या प्रमाणात वाढण्याचा धोका आपल्या देशासाठी निर्माण झाला आहे. आंतरराष्ट्रीय ऊर्जा आयोगाच्या अंदाजाप्रमाणे

२०४० सालापर्यंत भारत करत असलेली कोळशाची आयात तिपटीने वाढणार आहे. जर आपण आपल्या देशातून होणारी एकूण निर्यात पुरेशा प्रमाणात वाढवू शकलो नाही तर ह्याचा खूप मोठा विपरीत परिणाम आपल्या आंतरराष्ट्रीय व्यवहार ताळेबंदावर (balance of payments) व त्यायोगे रुपयावर होऊ शकतो.

ह्यामुळेच कोळसा क्षेत्रातील घडामोडी व धोरणे समजून घेणे अनिवार्य आहे. ह्या क्षेत्राच्या इतिहासाकडे बारकाईने बघितले तर लक्षात येते की ह्या क्षेत्राची रचनाच कोळशाच्या उत्पादनातील मोठा अडसर बनून राहिली आहे. १९९१-९२ नंतर सुरू झालेल्या आर्थिक उदारीकरणाच्या पर्वातही कोळसा क्षेत्र दुर्लक्षित राहिल्यामुळे ह्या क्षेत्रातील सरकारी कंपन्यांची मक्तेदारी तशीच चालू राहिली. कोल इंडिया लिमिटेड ही एक सरकारी कंपनी भारतात निर्माण होणाऱ्या कोळशापैकी, ऐंशी टक्के एवढा कोळसा बनवते. त्यात ह्या कंपनीने अंगीकारलेल्या खुल्या खाणकामाच्या (opencast mining) धोरणामुळे पर्यावरणासाठी तसेच एकूण समाजासाठीही अनेक समस्या निर्माण झाल्या आहेत. अद्ययावत तंत्रज्ञानाचा अभाव व अधिक प्रमाणातील श्रम-घनता (labour intensity) ह्यामुळे ह्या कंपनीची उत्पादकता खूपच ढासळलेली आहे. चीनशी तुलना करायची झाली तर आपली कोळसा बनवण्याची उत्पादकता चीनच्या एक दशांशाहूनही कमी आहे. अर्थात ह्याचा दोष सर्वस्वी कोल इंडिया लिमिटेडच्या माथी मारता येणार नाही, कारण भूमी अर्जनाचा (land acquisition) प्रश्न तसेच विविध बाबतीतील संविधानिक संमती (statutory approvals) मिळण्यातील अडचणी, ह्या (नेहमीच्या) अडथळा शर्यतीमुळे ह्या कंपनीची प्रगतीही बऱ्यापैकी मंदावली आहे.

तसं पाहिलं तर खासगी उद्योगांना मर्यादित प्रमाणात, स्वतःची गरज भागवण्यापुरती खाणकामाची परवानगी दिली गेली आहे. पण तरीही एकूण देशांतर्गत उत्पादनात खासगी खाणकामातून निर्माण होणाऱ्या कोळशाचे प्रमाण फक्त सहा टक्के एवढेच आहे. समजा गरजेपेक्षा अधिक कोळसा खाजगी खाणकामातून निर्माण झाला तर त्याचा व्यापार करण्याची परवानगी नसल्यामुळे तो कोल इंडिया कंपनीलाच विकावा लागतो. मुख्य म्हणजे ह्या क्षेत्राचे नियमन करणारा नियंत्रक नसल्यामुळे कोल इंडिया कंपनीवरच सर्व प्रकारच्या - क्रियात्मक, व्यावसायिक तसेच नियंत्रण-विषयक जबाबदाऱ्यांचा बोजा पडत राहतो. अगदी कोळशाची किंमत काय असावी हे ठरवण्याची जबाबदारीही ह्याच कंपनीची राहिली आहे.

आंतरराष्ट्रीय ऊर्जा आयोगाच्या अदमासानुसार, २०१४ ते २०३५ ह्या काळात केवळ खाणकामाच्या उद्योगात भारताला ५,३०० कोटी अमेरिकन डॉलर्सची गुंतवणूक करावी लागणार आहे. ह्या व्यतिरिक्त ४,१०० कोटी अमेरिकन डॉलर्सची गुंतवणूक वाहतुकीचे मार्ग निर्माण करण्यासाठी करावी लागणार आहे. ही एवढी रक्कम कोल

इंडिया लिमिटेड ह्या कंपनीला स्वत:हून उभारणे निव्वळ अशक्य आहे. ह्या कंपनीमधील नुकत्याच झालेल्या १० टक्के निर्गुंतवणुकीतूनही फक्त ३९० कोटी अमेरिकन डॉलर्स उभे करता आले होते. त्यामुळेच परदेशी कंपन्यांबरोबर योजनाबद्ध पद्धतीने भागीदारी करण्याचा विचार पुढे येऊ लागला आहे. ह्यामुळे केवळ भांडवलाचाच प्रश्न सुटणार नाही तर खाणकाम क्षेत्रास आवश्यक असलेले अत्याधुनिक तंत्रज्ञान व व्यवस्थापकीय कौशल्यही मिळण्याचीही सोय होईल.

सध्या भारताचे सरकार कोल इंडिया लिमिटेडच्या पुनर्रचनेचा विचार करत आहे व त्यासाठी डेलॉइट ह्या जागतिक सल्लागार कंपनीने सुचवलेल्या तीन पर्यायांवर चर्चा चालू आहे. पहिल्या पर्यायाप्रमाणे कोल इंडिया लिमिटेडचं सूत्रधारी कंपनी (holding company) म्हणून अस्तित्व संपवावं व तिच्या ज्या सात अनुषंगी कंपन्या (subsidiaries) आहेत, त्यांना स्वतंत्र प्रांतिक कंपन्या बनवण्यात यावं. दुसऱ्या पर्यायाप्रमाणे कोल इंडिया लिमिटेडचे सूत्रधारी कंपनी म्हणून अस्तित्व अबाधित ठेवावं व अतिशय धीम्या गतीने अनेक छोट्या स्वतंत्र कंपन्या स्थापण्यात याव्यात. तिसऱ्या पर्यायाप्रमाणे कोल इंडिया लिमिटेडच्या व तिच्या सर्व अनुषंगी कंपन्यांच्या अंतर्गत संरचनेत मूलभूत बदल घडवून आणावेत. पण हे सगळे सुरळीतपणे पार पाडायचे असेल तर कुठल्याही पर्यायाचा विचार कर्मचारी व श्रमिकसंघ (trade unions) ह्यांना विश्वासात घेऊन केला गेला पाहिजे व अनेक वर्षे खाण उद्योगाशी संबंधित कर्मचाऱ्यांना ह्या प्रक्रियेतील विधायक भागीदार बनवलं गेलं पाहिजे. ही सगळीच प्रक्रिया अतिशय आव्हानात्मक असणार आहे, ह्यात कुठलीही शंका नाही.

अर्थात कोळसा क्षेत्रासाठी सर्वात गंभीर आव्हान निर्माण झालं आहे ते २०१२मध्ये उघडकीस आलेल्या कोलगेट ह्या महाघोटाळ्यामुळे, ज्याची पार्श्वभूमी समजून घेणे गरजेचे आहे. १९९३मध्ये भारतीय सरकारने कोळसा खाणींच्या राष्ट्रीयीकरणासंबंधीच्या कायद्यात काही दुरुस्त्या केल्या ज्यायोगे वीजनिर्मिती, पोलाद, सिमेंट इत्यादी क्षेत्रात काम करणाऱ्या खासगी उद्योजकांना स्वत:च्या मर्यादित वापरासाठी कोळशाचे खाणकाम करण्याची परवानगी देण्यात आली. ह्यामुळे कोळशासाठीची वाढीव मागणी पुरी करणं पुष्कळच सुकर झालं. पण त्याचबरोबर अनेक गैरप्रकारही घडत होते. २०१२मध्ये प्रसिद्ध झालेल्या भारतीय नियंत्रक व महालेखा परीक्षकांच्या (Comptroller Auditor General) अहवालानुसार १९९३ पासून करण्यात आलेले कोळसा खंडकांचे (coal blocks) वाटप हे त्या संदर्भातील दंडकांना अनुसरून केले गेले नव्हते. ह्या वाटपाच्या प्रक्रियेत पुरेशी पारदर्शकता तसेच वस्तुनिष्ठता नव्हती. वाटपाची कार्यपद्धतीसुद्धा सोयीप्रमाणे बदलण्यात येत होती. ह्या वाटपाच्या संदर्भात झालेल्या सभांचे तपशीलवार रेकॉर्डसही ठेवण्यात आले नव्हते. प्रत्यक्ष खाणकामामध्ये केली जाणारी गुंतवणूक व

त्याची निष्पत्ती ह्यावर काटेकोरपणे नजर ठेवली गेली नाही. परिणामी, २१८ खाणींचे वाटप होऊनदेखील, प्रत्यक्षात फक्त ४२ खाणीच कार्यरत असल्याचे आढळून आले. उरलेल्यांपैकी केवळ ३२ खाणींमधील काम सुरू होण्याची थोडीफार आशा आहे. भारतीय नियंत्रक व महालेखा परीक्षकांच्या हिशेबाप्रमाणे हया सर्व गलथान व भ्रष्ट प्रकारांमुळे सरकारी तिजोरीला तब्बल तीन हजार कोटी अमेरिकन डॉलर्स एवढे वित्तीय नुकसान सोसावे लागले.

हा कोलगेट महाघोटाळा आधीच्या सरकारला किती महागात पडला हे निवडणूक निकालात आपल्याला दिसून आलेच. ह्या सर्व प्रकारामुळे घडून आलेल्या चर्चा व गदारोळामुळे, तसेच दोन वर्षे चाललेल्या तपासामुळे व दाखल केल्या गेलेल्या जनयाचिकेमुळे, सप्टेंबर २०१४मध्ये सुप्रीम कोर्टाने १९९३ पासून वाटप केलेल्या कोळसा खंडकांपैकी २०४ खंडक रद्द केले. हे सर्व वाटप बेतालपणे केल्याचे जाहीर केले व एकूणच वाटपप्रक्रिया अपारदर्शक, बेकायदेशीर व घटनाबाह्य असल्याचा ठपका ठेवला. नव्याने निवडून आलेल्या (व झटपट विकासाचे आश्वासन दिलेल्या) सरकारसाठी हा जबरदस्त फटका होता. सुप्रीम कोर्टाने हा निकाल जाहीर केल्यानंतर, सरकारला आपली कार्ययोजना जाहीर करण्यासाठी सहा महिन्यांचा अवधी दिला तसेच कंपन्यांना कोळसा-क्षेत्रे, जमीन, संविधानिक संमतीपत्रे, पायाभूत सुविधा इत्यादी गोष्टी सरकार व कोल इंडिया लिमिटेडकडे स्थलांतरित करण्याचा आदेश दिला.

ह्या २०४ कोळसा खाणींबाबत निर्माण झालेल्या अनिश्चिततेमुळे, अगोदरच कोळशाच्या तुटवड्यामुळे हवालदिल झालेल्या वीजनिर्मिती तसेच पोलादक्षेत्रांचे कंबरडेच मोडल्यासारखे झाले. एकूण अर्थव्यवस्थेसाठी तसेच ह्या क्षेत्रांना मोठ्या प्रमाणात कर्जे देऊन बसलेल्या बँकिंग क्षेत्रासाठी हा फारच मोठा झटका होता. कोळशावर अवलंबित उद्योगक्षेत्रांना कोळशाच्या आयातीकडे वळावे लागले व साहजिकच त्याचा विपरीत परिणाम आंतरराष्ट्रीय ताळेबंदावर व चलनावर होऊ लागला. वाढलेल्या उत्पादनखर्चामुळे किंमती वाढू लागल्या व अनेक पायाभूत प्रकल्पांची आर्थिक व्यवहार्यता कमी होऊ लागली.

शेवटी सरकारने नोव्हेंबर २०१४मध्ये कोळसा खननासाठी नवीन अध्यादेश जारी केला, ज्यायोगे कोळसा क्षेत्रासाठी आवश्यक असलेल्या आर्थिक सुधारणा झपाट्याने राबवता येतील, खाणकामाच्या प्रक्रियेस गती मिळेल व देशामधील कोळशाचा पुरवठा वाढेल. हे रोजगार निर्मितीच्या दृष्टीनेही महत्त्वाचे पाऊल होते कारण बंद पाडलेल्या खाणींतील लोकांच्या नोकऱ्या धोक्यात आल्या होत्या.

ह्या नवीन अध्यादेशानुसार फेब्रुवारी २०१५ पासून कोळसा खंडकांचे लिलावाच्या

बोलीने वाटप सुरू करण्यात आले. आत्तापर्यंत, दोन टप्प्यांमध्ये ३१ खंडकांचा लिलाव झाला असून, त्यातून सरकारी तिजोरीस रु. दोन लाख कोटींचा संभाव्य फायदा होऊ शकतो. संभाव्य अशाकरता, की ही रक्कम एक हाती येणार नसून पुढच्या अनेक वर्षांत, खाणकामाने पुरेशी गती घेतल्यावर, टप्प्या टप्प्यात सरकारी तिजोरीत जमा होत जाईल. ह्या ३१ खंडकांच्या वाटपाचा फायदा मुख्यत: वीजनिर्मिती, पोलाद, ॲल्युमिनियम, सिमेंट इत्यादी क्षेत्रातील कंपन्यांना झाला आहे. ह्या पुढील टप्प्यात, अजून अकरा खंडकांची लिलाव-बोली होणार आहे.

कोळशाचे देशांतर्गत उत्पादन वाढवण्याचे प्रयत्न जरी जोरात सुरू असले तरीही कोळशासाठीची मागणीच इतकी मोठी आहे की येणाऱ्या अनेक वर्षांमध्ये कोळशाची आयातही जबरदस्त वाढणार आहे. कोलगेट व राजकारणाला कितीही दोष दिला तरी वस्तुस्थिती हीच आहे की अगदी सर्व राजकीय अडसर दूर झाले तरीही प्रश्न सहजासहजी सुटणारा नाही. नवीन खाणी बांधण्यासाठी आवश्यक असणारी जमीन मिळवण्यातील अडचणी, कोळशाच्या खाणींपासून ते प्रत्यक्ष वीज किंवा पोलाद प्रकल्पांपर्यंत कोळसा वाहून नेण्यासाठी आवश्यक असणाऱ्या परिवहन संरचनेचा (transport system) अपुरेपणा व विदेशातील कोळशाच्या कमी होत गेलेल्या किंमती ह्या सर्वांमुळे कोळशाच्या आयातीचे प्रमाण चढेच राहणार, हे नक्की. भारतीय कोळसा क्षेत्रासाठीची आव्हाने इतकी प्रचंड आहेत की त्यावर परिणामकारक तोडगे काढण्यात अनेक वर्षे घालवावी लागतील. तोपर्यंत खाणीत कोळसा, जगाला वळसा अशीच गत होऊन राहणार, हे नक्की.

मात्र जास्त वेळ वाया न घालवता खालील उपाययोजनेचा गंभीरपणे विचार होणे गरजेचे आहे.

१. ज्या राज्यांमध्ये कोळशाच्या खाणी आहेत ती राज्य सरकारे व केंद्रीय सरकार ह्यांमध्ये उत्तम प्रकारचे सहकार्य असणे अनिवार्य आहे. ह्यात खननातून होणाऱ्या फायद्यांचे वाटप, भूमी अर्जन (land acquisition), संविधानात्मक परवानग्या (statutory approvals), पर्यावरण रक्षणासाठीची जागरूकता अशा सर्व बाबींचा समावेश झाला पाहिजे. कोल इंडिया लिमिटेडच्या पुनर्रचनेचा भाग म्हणून राज्य सरकारांना अधिक जबाबदार (accountable) बनविले पाहिजे.

२. खाणकामामध्ये, पर्यावरण दूषित न करणाऱ्या तसेच कामगारांची सुरक्षितता व स्वास्थ्य सांभाळणाऱ्या तंत्रज्ञानाचा वापर झाला पाहिजे.

३. कोळसा नियामक प्रमाण विधेयक (coal regulatory authority bill) पुन्हा एकदा संसदेत तातडीने आणण्याची गरज आहे. ह्यामुळे कोळसा क्षेत्रासाठी स्वतंत्र नियंत्रक नेमण्याची प्रक्रिया पुन्हा वेग घेईल. कोळसा क्षेत्रासाठी स्वतंत्र

नियंत्रक असेल तर सरकार ह्या क्षेत्राच्या उदारीकरणाबाबत गंभीर आहे, असा संकेत दिला जाईल. हे विधेयक खरे तर आधी आणले गेले होते पण निवडणुकीच्या काळात संसदेचे विसर्जन झाल्यामुळे ते रद्दबातल ठरले गेले.

४. पण सगळ्यात महत्त्वाचा मुद्दा आहे तो खाणकामामुळे होणाऱ्या पर्यावरणाच्या हानीचा. कोळशाच्या खाणी सरकारी क्षेत्रात आहेत का खासगी क्षेत्रात आहेत, त्यामधून बाहेर काढलेला कोळसा हा खासगी उद्योगात वापरला जातो का त्याचा व्यापार होतो ह्या मुद्द्यांपेक्षा अधिक महत्त्वाचा मुद्दा आहे तो खाणकामामुळे बिनसणारे पर्यावरणीय संतुलन. ह्याबाबतीतील नियमावलीत सरकारी क्षेत्र व खासगी क्षेत्रात कुठल्याही प्रकारची विषमता असता कामा नये. खाणकाम सुरू होण्यापूर्वी, चालू असताना व संपल्यानंतरही, त्या प्रदेशातील लोक व परिसर ह्यांच्या पुनर्वसनाला सर्वाधिक प्राधान्य असले पाहिजे. ज्या ज्या देशांनी स्वत:च्या कोळसा क्षेत्राचे, पर्यावरण अबाधित राखून, यशस्वीपणे परिवर्तन घडवून आणले आहे त्यांच्या अनुभवातून आपण खूप काही शिकू शकतो.

भारताची कोळशासाठीची गरज प्रचंड आहे ह्यात वादच नाही. मात्र ह्या मूलभूत क्षेत्रातील आव्हाने पेलण्याचे मार्ग हे सर्वसमावेशक असणे देशाच्या शाश्वत प्रगतीसाठी गरजेचे आहे हे विसरून चालणार नाही. सर्व प्रकारच्या हितधारकांना (stakeholders) विश्वासात घेऊन पुढे चालणे हे अर्थव्यवस्थेच्या स्थैर्यासाठी जितके आवश्यक असते तितकेच सरकार टिकून राहण्यासाठीही गरजेचे असते.

६

या नभाने या भुईला दान द्यावे

आज भारतातील जवळपास प्रत्येकाच्या मनातील भावना 'या नभाने या भुईला दान द्यावे आणि या मातीतूनी चैतन्य गावे' ह्या ना. धो. महानोरांच्या प्रसिद्ध कवितेशी मिळतीजुळती आहे. गेलं संपूर्ण वर्ष पावसाने व एकूणच हवामानाने जो फटका आपल्या देशाला दिला आहे, त्यातून अजूनही आपली अर्थव्यवस्था पूर्णपणे सावरलेली नाही. एकतर गेल्या वर्षीच्या पावसाळ्यातील अपुऱ्या पावसामुळे (जवळपास १२ टक्केची तूट) झालेले खरीप पिकांचे नुकसान (उदा. तांदूळ, मका, ज्वारी, बाजरी, तूर दाळ, सोयाबीन, नाचणी, शेंगदाणा, कापूस इत्यादी) तसेच फेब्रुवारी-मार्चमध्ये झालेल्या अवकाळी पाऊस व गारपिटीने केलेले रब्बी पिकांचे नुकसान (गहू, बार्ली, वाटाणा, ओट्स, जवस, मोहरी इत्यादी) ह्यामुळे आपल्या देशातील धान्याचे उत्पादन एका वर्षात ५ टक्क्याने घसरले. केवळ आधीच्या वर्षात उत्तम पाऊस झाला असल्यामुळे व आपल्याकडे तांदूळ व गहू ह्या मुख्य धान्यांचे पुरेसे साठे असल्यामुळे विशेष अणीबाणीची परिस्थिती निर्माण झाली नाही, एवढाच काय तो दिलासा. त्यात ह्या वर्षीचा उन्हाळाही इतका कडक होता की उष्माघातामुळे, देशातील एकूण जवळपास अडीच हजार माणसे दगावली.

एकाच वर्षात झालेल्या खरीप तसेच रब्बी पिकांच्या नुकसानीमुळे २०१४-१५ ह्या वित्त-वर्षात कृषी क्षेत्राच्या वाढीचा दर फक्त ०.२ टक्के एवढाच राहिला. आधीच्या वर्षात हा दर ३.७ टक्के एवढा होता. २०१४-१५तील नुकसानीमुळे बेजार झालेले गरीब शेतकरी व किंमतीतील चढउतारांमुळे डबघाईला आलेली सामान्य जनता आससून, ह्या वर्षीच्या पावसाची वाट बघत असतानाच भारतीय हवामान खात्याने एक

जबरदस्त हादरा दिला. त्यांच्या अंदाजाप्रमाणे २०१५-१६मध्येही पाऊस अपुराच होणार असून, ह्या वर्षीही १२ टक्क्यांची तूट सोसावी लागणार आहे. मुख्य म्हणजे अशी परिस्थिती निर्माण होण्याची संभवनीयता (probability) ६६ टक्के एवढी असणार आहे. आता ही तूट कशी मोजतात तर एखाद्या दीर्घ कालावधीसाठीची वार्षिक पर्जन्य सरासरी घेतली जाते व प्रत्यक्ष पाऊस व ही सरासरी ह्यातील फरक मोजतात. आपल्या देशाचं हवामान खातं १९५१ ते २००० ह्या कालावधीची वार्षिक सरासरी घेतं, जी ८९ से.मी. एवढी भरते. प्रत्यक्षात पाऊस जर ह्या सरसरीच्या ९० टक्क्यांपेक्षा कमी झाला तर दुष्काळजन्य परिस्थिती मानण्यात येते. २०१४च्या अंदाजाप्रमाणे ह्या सरासरीच्या फक्त ८८ टक्के एवढाच पाऊस चालू वर्षात पडू शकतो. हे जर खरं ठरलं तर लागोपाठ दुसऱ्या वर्षीही आपल्याला दुष्काळाला सामोरं जावं लागेल. त्यात ऑस्ट्रेलियन हवामान खात्याने २०१५मध्ये एल निनो ह्या सागरी प्रवाहांची शक्यता वर्तवली आहे. ह्या सागरी प्रवाहांचा मान्सूनच्या वाऱ्यांवर परिणाम होतो व पर्यायाने भारतीय उपखंडात पावसाचे प्रमाण कमी-जास्त होऊ शकते. ह्या एल निनोमुळेच २००९ सालात आपल्या देशाला अतिशय गंभीर अशा दुष्काळाला सामोरं जावं लागलं होतं व गेल्या वर्षीही एल निनोमुळेच पावसाचं प्रमाण कमी झालं होतं. आपल्या हवामान खात्यानेही ह्या वर्षासाठी एल निन्योची ९० टक्के संभवनीयता असल्याचे सांगितले आहे. अर्थात, जेव्हा जेव्हा एल निनोची परिस्थिती असते तेव्हा तेव्हा दुष्काळ पडतोच असे नाही. क्रिसिल ह्या रेटिंग एजंसीच्या संशोधनाप्रमाणे एल निनोमुळे दुष्काळ पडण्याची संभवनीयता २८.६ टक्के एवढीच आहे. पण तरीही अनिश्चितता उरतेच.

त्यातल्या त्यात दिलासा म्हणजे स्कायमेट ह्या खासगी कंपनीच्या भाकिताप्रमाणे ह्या वर्षी पाऊस पुरेशा (सरासरीच्या १०३ टक्के) प्रमाणात पडणार असून त्याचे निरनिराळ्या महिन्यातील विभाजनही यथायोग्य असणार आहे. दुर्दैवाने, स्कायमेटचा हवामान भाकितातील अनुभव फक्त तीन वर्षांचा असल्यामुळे त्यांच्या निष्कर्षाच्या विश्वसनीयतेबद्दल लोकांच्या मनात शंका आहेत.

पाऊस-पाण्यासंबंधीच्या अनिश्चिततेमुळे शेतकऱ्यांपासून गुंतवणूकदारांपर्यंत तसेच बँका किंवा वित्तपुरवठा कंपन्यांपासून ते सरकारपर्यन्त सर्वच हवालदिल झाले आहेत. ह्याचं कारण भारतीय अर्थव्यवस्थेमधील कृषिक्षेत्राचं महत्त्वाचं स्थान. देशाच्या एकूण उत्पन्नात कृषिक्षेत्राचं योगदान जरी १६-१७ टक्के असलं (२०११-१२च्या किंमतीमध्ये) तरी ह्या क्षेत्राचा देशाच्या अर्थ व राजकारणावर जबरदस्त प्रभाव आहे.

जवळपास ७५ कोटी एवढी प्रजा ह्या क्षेत्रावर अवलंबून असल्यामुळे व एकूण मागणीच्या ५५-५६ टक्के एवढी मागणी ग्रामीण भागातून येत असल्यामुळे जर पाऊस-

पाणी व्यवस्थित झालं नाही तर अनेक औद्योगिक वस्तूंसाठीची मागणी घटते. उदाहरणार्थ, ट्रॅक्टर्स, मोटारसायकल्स व इतर दुचाकी वाहने, खते, अनेक ग्राहकोपयोगी वस्तू, घरगुती वापराची साधने, इत्यादी. अन्नधान्याची महागाई वाढते, व्यापारी लोकांमधील साठेबाजीची प्रवृत्ती बळावते, शेतकरी व त्यांच्या संविधानिक आघाड्या (lobbies), निरनिराळ्या कृषी उत्पादनांच्या किमान आधारभूत किंमती (minimum support prices) वाढवण्याचा आग्रह धरतात व राजकीय दबावतंत्रांचा वापर करून यशही मिळवतात. ह्यामुळे अन्नधान्याची महागाई अजूनच भडकते. महागाई वाढली की रिझर्व्ह बँकेला वित्तपुरवठा घटवावा लागतो, व्याजाचे दर चढे ठेवावे लागतात, पर्यायाने उद्योगांसाठीची कर्जे महागतात व ह्या सर्वांचा विपरीत परिणाम गुंतवणूक, रोजगारनिर्मिती तसेच राष्ट्रीय उत्पन्नावर होतो. त्यामुळे अपुरा पाऊस व त्यातून उद्भवणारा दुष्काळ राज्यकर्त्यांसाठी अणीबाणीची परिस्थिती निर्माण करतात.

कृषिक्षेत्रावर अवलंबून असणाऱ्यात, गरीब शेतकऱ्यांचे प्रमाण जास्त असल्यामुळे पाऊसपाणी नीट झाले नाही तर अनेकांची आयुष्ये उध्वस्त होतात. मग घायकुतीला येऊन राज्यकर्ते बँकांवर कर्जमाफीची सक्ती करतात, ज्यामुळे बँकांचे आर्थिक ताळेबंद (balance-sheets) बिनसतात. ग्रामीण लोकांना खूश करण्यासाठी, मधाचे बोट चाटवल्याप्रमाणे काही फायदेही देऊ करतात, ज्याचा त्यांना कायमस्वरूपी फायदा तर होत नाहीच पण सरकारी तिजोरीवरील बोजा मात्र वाढतो.

ह्या काहीशा निराशाजनक पार्श्वभूमीवर सध्या आशावाद वाढवणारी विधाने मोठ्या प्रमाणात ऐकायला किंवा वाचायला मिळत आहेत. अनेक जण हवामान खात्याच्या यापूर्वी अनेक वेळा चुकलेल्या अंदाजातून दिलासा मिळवण्याचा प्रयत्न करत आहेत तर काहीजण स्कायमेटचे भाकीत ग्राह्य मानत आहेत. दोन जूनच्या पतधोरणात, रिझर्व्ह बँकेने रेपो रेट ०.२५ टक्क्याने कमी केला. अपुऱ्या पावसाची टांगती तलवार असतानाही अधिक व्यापक बनलेल्या औद्योगिक मंदीचा विचार करून हे पाऊल उचलले गेले. खरंतर औद्योगिक मंदीची तीव्रता लक्षात घेतली तर हयापेक्षाही अधिक प्रमाणात रेपो रेट कमी करण्याची गरज होती. सुदैवाने महागाईसुद्धा गेल्या काही महिन्यात सातत्याने कमी झाल्यामुळे, रिझर्व्ह बँकेसाठी हे सहज शक्य होते. पण अपुऱ्या पावसाचे भाकीत आडवे आल्यामुळे, रिझर्व्ह बँकेला हात आखडता घ्यावा लागला. त्याचवेळी लोकांच्या मनातील दुष्काळाची भीती कमी करण्यासाठी तसेच महागाई–विषयक अंदाज काबूत ठेवण्यासाठी, रिझर्व्ह बँकेच्या गव्हर्नरांनी दिलासा देण्याचा प्रयत्नही केला. ते म्हणाले, यापूर्वी अनेकवेळा एल निनोची भीती असतानाही पुरेशा प्रमाणात पाऊस पडला आहे; अनेकवेळा अपुरा पाऊस झाला असतानाही धान्याचे उत्पादन घटलेले नाही किंवा अनेकदा धान्याचे उत्पादन घटलेले असूनही

महागाई वाढलेली नाही. त्यामुळे इतक्या लवकर निश्चितपणे आपण काहीच सांगू शकत नाही. २००० ते २००३ ह्या वर्षांत सातत्याने पाऊस कमी पडला पण योग्य अशा सरकारी उपाययोजनांमुळे महागाई आटोक्यात राहिली.

आता प्रत्यक्ष इतिहासाकडे वळून काही कयास करता येतात का ते पाहू. गेल्या बारा वर्षांत चार वेळा आपल्याला अपुऱ्या पावसाला सामोरं जावं लागलं. ही वर्षे होती २००२-०३, २००४-०५, २००९-१० व २०१४-१५. ह्या चारही वर्षांत तांदूळ व गहू ह्या मुख्य धान्यांचे उत्पादन खालीलप्रमाणे घटले.

त्या काळातील विक्रमी उत्पादनाच्या तुलनेत, ह्या चार दुष्काळी वर्षांत तांदळाचे उत्पादन अनुक्रमे २३ टक्के, १४ टक्के, १३ टक्के व ४ टक्क्याने कमी झाले. खरंतर २००९-१० मधील दुष्काळ ३७ वर्षांतील सर्वात तीव्रतम दुष्काळ होता तरीही २००२-०३च्या तुलनेत, २००९-१०मध्ये तांदळाचे उत्पादन फारच कमी प्रमाणात घटले. गव्हाचे उत्पादन मात्र २००९-१०मध्ये १३ टक्क्याने कमी झाले. बाकी दुष्काळी वर्षांसाठीची गव्हातली घट ६ टक्के ते ११ टक्क्याच्या दरम्यान राहिली.

२००२-०३ व २००४-०५ ह्या वर्षांत महागाई विशेष वाढली नाही, पण २००९-१०मध्ये मात्र एकूण महागाईचा दर १२.४ टक्के तर अन्नधान्यातील महागाईचा दर १५.२ टक्के एवढा चढा राहिला होता. हयामागचं मुख्य कारण २००७-०८ पासून करण्यात आलेली किमान आधारभूत किंमतीमधील जबरदस्त वाढ. उदाहरणार्थ, २००३-०४ ते २००६-०७मध्ये तांदळासाठीच्या किमान आधारभूत किंमतीत ५.५ टक्के एवढी वाढ करण्यात आली तर २००६-०७ ते २०१२-१३ ह्या काळात ८६ टक्क्याने तांदळाची किमान आधारभूत किंमत वाढली. ह्या किंमती बाजारभावाचा तळ ठरवत असल्यामुळे किरकोळ बाजारपेठांतील किंमतीदेखील उपरिनिर्दिष्ट काळात अनेक पटीने वाढल्या.

२००२-०३ व २००४-०५ ह्या वर्षांत महागाई विशेष न वाढल्यामुळे बँकांनी दिलेल्या कर्जांवरील व्याजाचे दर ०.२५ टक्के ते ०.५० टक्क्याने उतरले. २००९-१०मध्ये तर महागाई वाढलेली असतानाही आर्थिक मंदीची पार्श्वभूमी असल्यामुळे व्याजाचे दर घसरले. मात्र २०१४-१५मध्ये मात्र कर्जांवरील व्याजाचे दर अजिबात खाली आले नाहीत. (रिझर्व्ह बँकेने केलेल्या सक्तीमुळे शेवटी एप्रिल २०१५ पासून बँकांनी कर्जांवरील व्याजाचे दर कमी करायला सुरुवात केली.)

२००२-०३ व २००४-०५ ह्या दुष्काळी वर्षांत देशाचे एकूण राष्ट्रीय उत्पन्न अनुक्रमे १.५ टक्के व १.१ टक्क्याने घसरले. मात्र २००९-१० ह्या दुष्काळी वर्षात एकूण राष्ट्रीय उत्पन्न तब्बल ८.० टक्क्याने वाढले. कारण ह्या वर्षाला जागतिक मंदीची पार्श्वभूमी होती व त्यामुळे खूप मोठ्या प्रमाणात सरकारी अर्थसाहाय्य वाढवण्यात आले

होते. यामागे २००३ ते २००८ ह्या कालावधीतील उत्तम आर्थिक प्रगतीची पुण्याई होती. सरकारी तिजोरीत बऱ्यापैकी शिल्लक होती व भारताचा विदेशी चलनसाठाही निरोगी पद्धतीने वाढलेला होता. त्यामुळे २००९-१०मध्ये खासगी क्षेत्राच्या क्रयशक्तीमध्ये (purchasing power) मोठ्या प्रमाणात वाढ झाली होती (ज्यात सहाव्या वेतन आयोगाचे योगदानही बरेच होते.) त्यामुळेच ह्या वर्षात कृषी क्षेत्राला जरी फटका बसला होता तरी उद्योग व सेवा क्षेत्रांचे उत्पादन (वाढलेल्या मागणीच्या साहाय्याने) जलद गतीने वाढले होते.

२०१४-१५चे दुष्काळी वर्ष मात्र तुलनेने अवघड गेले. एकतर सरकारी तिजोरीची आर्थिक साहाय्य करण्याची क्षमता बरीच कमी झाली होती व बँकाही बुडीत कर्जांच्या ओझ्यामुळे वाकल्या होत्या. खासगी क्षेत्राचा गुंतवणूक विषयक आत्मविश्वासही डळमळीत झाला होता. मात्र किमान आधारभूत किंमतीची वाढ तसेच ग्रामीण वेतनाची वाढ काबूत ठेवून तसेच धान्याच्या साठ्यांचे योग्य असे व्यवस्थापन करून नवीन सरकारने महागाई आटोक्यात ठेवण्यात यश मिळवले. ह्यामुळेच रिझर्व्ह बँक आपले पतधोरण काही प्रमाणात शिथिल करू शकली.

आता २०१५-१६ ह्या वर्षाकडे वळूयात. समजा हवामान खात्याचे भाकीत खरे ठरले व पुरेशा प्रमाणात पाऊस पडला नाही, तर आपण दुष्काळ पडेल असे खात्रीलायकरीत्या म्हणू शकतो का? तर नक्कीच नाही. कारण दुष्काळ पडेल का नाही हे पावसाच्या निरनिराळ्या महिन्यांमधील व प्रांतांमधील विभाजनावर अवलंबून असतं. उदाहरणार्थ, हरयाणा, पंजाब, उत्तर प्रदेश इत्यादी ठिकाणी पाऊस अपुरा पडला तरीही दुष्काळी परिस्थिती सहसा उद्भवत नाही. कारण ह्या राज्यातील अनुक्रमे ९१ टक्के, ९९ टक्के व ८२ टक्के एवढी शेतजमीन जलसिंचनाखाली (irrigation) येते. गोव्यासाठी तर हे प्रमाण १०० टक्के आहे. मात्र महाराष्ट्रात फक्त १७ टक्के तर गुजरातमध्ये ३२ टक्के एवढीच शेतजमीन जलसिंचनाखाली येते. दक्षिणी राज्यांमध्येही जलसिंचनाचे प्रमाण तुलनेने कमी म्हणजे १९ टक्के ते ४० टक्के ह्या कक्षेत येते. त्यामुळेच भारताच्या पश्चिमेकडील किंवा दक्षिणेकडील राज्यांत जर पाऊस अपुरा झाला तर गंभीर असा दुष्काळ पडू शकतो.

जर २०१५-१६मध्ये दुष्काळी परिस्थिती उद्भवली, तर आपल्या नशिबाने अजूनही खाद्य निगमाकडे ५६५ लाख टन एवढे तांदूळ व गव्हाचे साठे आहेत, जे ह्या धान्यांच्या किंमती आटोक्यात ठेवतील. पण डाळी व खाद्यतेले ह्यांची मात्र आयात करावी लागेल. ह्यादृष्टीने सद्य सरकारने काही ठोस पावले अगोदरच उचलली आहेत शिवाय विदेशी चलनाचा साठाही पुरेशा प्रमाणात आहे.

मात्र खरा धोका आहे तो दुष्काळात वापरण्यात येणाऱ्या राजकारणाचा. येत्या

वर्षांत येणाऱ्या राज्य निवडणुकांवर डोळा ठेवून जर मोठ्या प्रमाणात किमान आधारभूत किंमती वाढवण्यात आल्या किंवा ग्रामीण मजुरीचे दर अविवेकी पद्धतीने ठरवण्यात आले किंवा बँकांवर, शेतकरी व ग्रामीण भागांना दिलेली कर्जे माफ करण्याची सक्ती करण्यात आली तर पुनश्च: महागाई बोकाळण्याचा, राजकोशीय तूट वाढण्याचा, व्याजाचे दर चढे राहण्याचा धोका निर्माण होऊ शकतो व नुकताच सावरू लागलेला उद्योगांचा गाडा पुन्हा गडगडू शकतो.

आत्तापर्यंतचा इतिहास बघितला तर हे घडण्याची संभवनीयता अधिक आहे. त्यामुळेच क्रिसील ह्या रेटिंग एजन्सीने, २०१५-१६मध्ये जर दुष्काळ पडला तर संपूर्ण वर्षासाठी भारताचे एकूण उत्पन्न ०.५ टक्क्याने कमी होण्याचे तसेच महागाई ०.५ टक्क्याने वाढण्याचे भाकीत नुकतेच जाहीर केले आहे.

७

अडला युरोप, ग्रीसचे पाय धरी

२००८-०९ पासून अधूनमधून डोके वर काढणाऱ्या ग्रीस प्रश्नाने आता विशेष उग्र स्वरूप धारण केले आहे. अतिदक्षता विभागात प्रचंड गुंतागुंतीची क्लिष्ट लक्षणे घेऊन आलेल्या रोग्यामुळे डॉक्टर्स जसे उत्तेजित होतात, तशीच काहीशी स्थिती ग्रीस प्रश्नामुळे आर्थिक विश्लेषकांची झाली आहे. पुनश्च: डाव्या-उजव्या विचारांतील युद्धे रंगू लागली आहेत. हयासंदर्भात टीमोथी ली ह्या आर्थिक विश्लेषकाने प्रसिद्ध अर्थतज्ज्ञ मिल्टन फ्रिड्मन ह्यांच्या विचारांच्या आधाराने केलेले विवेचन अतिशय मार्मिक आहे.

मिल्टन फ्रिड्मन हे खुल्या अर्थव्यवस्थेचे समर्थक म्हणून जगमान्य असले तरी अर्थशास्त्रातील त्यांची महत्त्वाची कामगिरी पतधोरणाशी (Monetary Policy) संबंधित आहे. १९७०च्या दशकात जगाला भेडसावणाऱ्या उग्र महागाईवरील त्यांचे संशोधन व त्यांनी सुचवलेल्या उपाययोजनांचा खूप मोठा फायदा धोरणकर्त्यांना झाला होता. तसंच अर्थव्यवस्थांमधील असमतोल कमी करण्यासाठी आवश्यक असलेल्या चल विनिमय दरांचं (floating exchange rates) महत्त्व ज्या संशोधकांनी सर्वप्रथम अधोरेखित केले, त्यात मिल्टन फ्रिड्मन अग्रणी होते.

टीमोथी म्हणतात की १९९७ साली युरोपीय संघाची जेव्हा स्थापना झाली त्यावेळचे फ्रिड्मन ह्यांचे भाकीत जगाने गंभीरपणे घेण्याची जरुरी होती. फ्रिड्मननी त्यावेळीच सांगितले होते की हा प्रयोग यशस्वी होणार नाही. आज १८ वर्षांनंतर, ग्रीसची दुर्दशा बघितल्यावर फ्रिड्मन ह्यांच्या विश्लेषणातील भविष्यसूचकता लक्षात येते. त्यांच्या मते, युरोपीय संघाची एकत्रित बाजारपेठ (common market) ही सामान्य चलनासाठी (common currency) कधीच अनुकूल बनणार नाही. कारण हा

संघ मुळात अशा अनेक देशांचा बनला आहे, ज्यांच्या भाषा, चालीरीती व संस्कृती सर्वस्वी भिन्न आहेत. तसेच ह्या देशांतील लोकांच्या निष्ठा व इमान प्रामुख्याने स्वत:च्या देशाप्रती एकवटले आहे. त्यामुळे एकत्र बाजारपेठेची संकल्पना अंगीकारणे त्यांच्यासाठी सोपे असणार नाही.

आजही हे दिसून येते की मुक्त व्यापाराचे धोरण असूनही युरोपमधील निरनिराळ्या देशांमधून चालणारा वस्तूंचा व्यापार किंवा भांडवलाची देवाणघेवाण मर्यादितच आहे. ब्रुसेल्समध्ये बस्तान असलेल्या युरोपीय आयोगाकडून करण्यात येणारा खर्च सर्व सभासद देशांमधून होणाऱ्या सरकारी खर्चाच्या तुलनेत नगण्य आहे. राजकीयदृष्ट्याही युरोपीय आयोगापेक्षा निरनिराळ्या देशातील सरकारांना अधिक महत्त्व आहे. अमेरिकेच्या तुलनेत युरोपमध्ये असलेले उद्योगांवरचे तसेच नोकरीधंद्यावरील निर्बंध अधिक कडक व व्यापक आहेत. मुख्य म्हणजे प्रत्येक देशाची स्वत:ची अशी खास (इतर देशांपेक्षा वेगळी) नियमावली आहे. इतकी भिन्नता अमेरिकेतील निरनिराळ्या राज्यात नक्कीच नाही. त्यामुळेच युरोपीय राज्यातील किंमती किंवा वेतन दर अधिक ताठर (rigid) आहेत व कामगारांची चलनशीलता (mobility) तुलनेने कमी आहे. त्यामुळेच आर्थिक मंदीमधून बाहेर येण्यासाठी ह्या देशांना लवचीक विनिमय दरांची (flexible exchange rates) गरज आहे.

इथे फ्रिड्मनना असे सुचवायचे आहे की आजच्या परिस्थितीत जर ग्रीसचे स्वत:चे चलन 'ड्राक्मा' अस्तित्वात असते तर ह्या चलनाचे अवमूल्यन (devaluation) करून ग्रीसला सध्याच्या वित्तीय अडचणीतून बाहेर येण्यास मदत झाली असती. स्वस्त झालेल्या चलनामुळे ग्रीसच्या निर्यातक्षेत्राला चालना मिळाली असती, रोजगारनिर्मिती झाली असती. अर्थात, चलनाच्या अवमूल्यनामुळे महागाईही वाढली असती पण त्यामुळे अवांतर खर्चाला आळाही बसला असता. हा मार्ग सोपा नक्कीच नाही पण मोठ्या प्रमाणात बिनसलेल्या आर्थिक ताळेबंदाला ठिकाणावर आणण्यासाठी ह्या कडू औषधास पर्याय नसतो.

आज अशी परिस्थिती आहे की कुठल्याही बेकार ग्रीक नागरिकाला जर्मनीमध्ये किंवा फ्रान्समध्ये नोकरी मिळणे जवळपास अशक्य आहे. ह्याउलट आज अतिशय सहजपणे पेन्सिलव्हानियात नोकरी गमावलेला एखादा अमेरिकन नागरिक टेक्ससमध्ये जाऊन दुसरी नोकरी पटकावू शकतो. तुलनेने युरोपमध्ये अतिशय विषम असे चित्र दिसते – काही देश प्रगतिपथावर तर ग्रीससारखा देश पाच-सहा वर्षे मंदी व बेरोजगारीच्या खाईत!

फ्रिड्मन १८ वर्षांपूर्वी म्हणाले होते की, ''मुळात युरोपीय संघाच्या स्थापनेमागे आर्थिक विचारांपेक्षा राजकीय विचार अधिक प्रमाणात आहेत. जर्मनी व फ्रान्स या दोन

बलशाली देशांना कायमस्वरूपी बांधून ठेवण्यासाठी व त्यांच्यामधील संभाव्य युद्धे टाळण्याच्या हेतूने हा प्रयोग रचला गेला आहे. पण माझ्या मते ह्या प्रयोगाचा परिणाम उलटाच होईल. वेगवेगळ्या आर्थिक क्षमता असलेल्या ह्या युरोपीय देशांच्या एकत्रीकरणातून मोठ्या प्रमाणात राजकीय तणाव वाढीस लागतील. लवचीक विनिमय दरांमुळे जे प्रश्न सहज सुटू शकले असते, ते उग्र स्वरूप धारण करतील. राजकीय व सांस्कृतिक एकत्रीकरणाशिवायचे आर्थिक एकत्रीकरण टिकू शकणार नाही.''

फ्रिड्मन यांची भविष्यवाणी आज अक्षरश: खरी ठरली आहे.

ग्रीसमध्ये नक्की काय झाले? २००१-०२मध्ये युरोपीय संघाचा सभासद झाल्यानंतर ग्रीस सरकारला पतयोग्यता नसतानाही स्वस्तात कर्जे मिळणे सुलभ झाले. २००१-०८ ह्या काळात ग्रीसने मोठ्या प्रमाणात युरोपीय संघाकडून पैसे तर उचललेच पण फसवेगिरी करून, खोटे जमाखर्च दाखवून स्वत:ची अवाच्यासवा वाढलेली राजकोशीय तूट (fiscal deficit) व सरकारी ऋण (public debt) लपवून ठेवले. ह्या सर्व बाबतीत युरोपीय संघाचे काटेकोर नियम असतानाही हे प्रकार ग्रीसने केले. मुख्य म्हणजे ह्या काळात कुठल्याही आर्थिक सुधारणा ग्रीसमध्ये घडल्या नाहीत. ह्या काळात ग्रीसमधील सार्वजनिक वायफळ खर्च ८७ टक्क्यांनी वाढला तर करांमधून गोळा केलेले उत्पन्न फक्त ३१% ने वाढले. २००८ नंतरच्या जागतिक अरीष्टानंतर ग्रीसला नवीन कर्जे मिळणे कठीण होत गेले. अवास्तव वाढलेल्या सरकारी ऋणामुळे २०१० साली ग्रीसचे क्रेडिट रेटिंग साफ कोसळले. नि:पक्षपातीपणे केलेल्या सर्वेक्षणांमधून खोटे उत्पन्न दाखवणे, करगळती (tax evasion) अशा अनेक समस्या मोठ्या प्रमाणात असल्याचे दिसून आले. ग्रीसचे स्वत:चे असे वेगळे चलन नसल्यामुळे व आर्थिकदृष्ट्या सक्षम अशा युरोपीय देशांशी व सामान्य चलनाशी (common currency) सांगड घातली गेल्यामुळे ग्रीसकडे पर्यायही कमी उरले.

जर ग्रीस युरोपीय संघाचा भाग नसता तर त्याने स्वत:च्या चलनाचा पुरवठा वाढवला असता (अधिक प्रमाणात नोटा छापून), ज्यामुळे चलनाचे मूल्य कमी झाले असते, महागाई वाढली असती, निर्यात क्षेत्राची स्पर्धात्मकता वाढली असती, मागणीचे प्रमाण व रोजगार वाढला असता, इत्यादी. जागतिक वित्तीय अरीष्टानंतर अनेक देशांनी हेच सर्व केलं पण युरोपीय संघाचा भाग बनल्यामुळे ग्रीससाठी हा मार्गही उपलब्ध नव्हता. जर्मनीसारख्या आर्थिकदृष्ट्या सक्षम असलेल्या देशामुळे युरो ह्या चलनाची तुलनात्मक ताकद नेहमीच अधिक राहिली व थोड्याफार प्रमाणात सर्वच दुर्बल युरोपीय देशांना त्याचे दुष्परिणाम सोसावे लागले. त्यामुळेच असे म्हटले जाते की ग्रीसबरोबरच इटली, स्पेन व पोर्तुगाल ह्या देशांचे जर स्वत:चे स्वतंत्र चलन असते तर अधिक वास्तववादी पद्धतीने ते स्वत:च्या अर्थव्यवस्था सावरू शकले असते.

२०१० साली, जेव्हा ग्रीस बऱ्यापैकी खड्ड्यात गेला होता व त्याच्या सरकारी ऋणाचे प्रमाण एकूण उत्पन्नाच्या १२० टक्के एवढे झाले होते तेव्हा ग्रीसच्या अर्थव्यवस्थेस सावरण्यासाठी आंतरराष्ट्रीय नाणेनिधी, युरोपीय केंद्रीय बँक तसेच युरोपीय आयोगाने अब्जावधी युरोंचे कर्ज देऊ केले व बदल्यात अनेक अटी लादल्या. जसे की सार्वजनिक खर्च-कपात, राजकोशीय तूट घटवणे, अर्थसाहाय्य (subsidies) कमी करणे, करांपासून मिळणारे उत्पन्न वाढवणे, इ. पण ग्रीसच्या मुख्य समस्या भ्रष्टाचार, अकार्यक्षम सरकारी यंत्रणा, ख्यालीखुशालीची संस्कृती (आज जगातील सर्व देशांत निवृत्ती घेण्याचे सर्वात कमी वय ग्रीसमध्ये आहे), खचलेली उत्पादनशक्ती यामुळे गेल्या चार-पाच वर्षांत हा देश विशेष सावरू शकला नाही. आत्तापर्यंत दोनवेळा, २०१० व २०१२ साली ह्या देशाला जामिनावर बाहेर काढण्याचे (bail out) प्रयत्न झाले पण तरीही ग्रीसला आपली उत्पादकता वाढवून कर्जाचा डोंगर कमी करता आलेला नाही. २०१० नंतर ग्रीसला देण्यात आलेली कर्जे, केवळ आधीच्या कर्जांची (जी जर्मन व फ्रेंच बँकांकडून घेतली होती) परतफेड करण्यासाठी वापरण्यात आली. थोडक्यात काय तर ग्रीसने बँकाकडून उचललेली कर्जे युरोपीय राज्यांची सरकारे व आंतरराष्ट्रीय संस्थांनी आपल्या डोक्यावर घेतली.

अलीकडच्या काळात ग्रीसमधील बेरोजगारीचा दर २५ टक्के (आणि तरुणांमधील बेरोजगारी ५० टक्के) एवढा वाढल्यामुळे ग्रीक लोकांचा सत्ताधारी पक्षावरील विश्वास उडाला व जानेवारी २०१५ मधील निवडणुकीत सिरिझासारखा लोकानुनय करणारा राजकीय पक्ष निवडून आला. त्यामुळे ग्रीसच्या दिवाळखोरीत अजूनच भर पडली. शेवटी जून २०१५मध्ये युरोपीय केंद्रीय बँकेने ग्रीसला पैसे पुरवणे बंद केले, ग्रीसमधील बँकांचे व्यवहार थांबवण्यात आले आणि भांडवलावर नियंत्रणे लादण्यात आली. २०१५च्या जुलै महिन्यात ग्रीस हा आंतरराष्ट्रीय नाणेनिधीच्या कर्जाची परतफेड करण्यात असमर्थ ठरलेला पहिला प्रगत देश ठरला. एवढे सगळे घडूनही ५ जुलै रोजी आणखी मदतीसाठी कर्जदारांनी ज्या काटकसरीच्या अटी घातल्या होत्या, त्या ग्रीसने सार्वमतात फेटाळून लावल्या. आज ग्रीसच्या ऋणदात्यांना हे पक्के माहीत आहे की त्यांना त्यांचे पैसे मिळणार नाहीत. मात्र इतर दुर्बल अशा युरोपीय देशांमधून (इटली, स्पेन व पोर्तुगल) ग्रीसप्रमाणे अविवेकी मागण्या उसळू नयेत व करदात्यांचे नैतिक धैर्य खच्ची होऊ नये म्हणून ते सावधगिरीने, विशेष गाजावाजा न करता ग्रीसच्या समस्येतून बाहेर येण्याचा प्रयत्न करत आहेत.

भारतीय सरकारी बँकांना वेठीस धरून आपल्या धोरणकर्त्यांनी मोठ्या उद्योगांना २००८-०९ नंतरच्या काळात ज्या अविवेकी सवलती पुरवल्या, तशाच सवलती ग्रीसला पुन्हा एकदा मिळण्याची दाट शक्यता आहे. उदा. कर्जाची मुदत वाढवायची, व्याजाचे दर नगण्य करून टाकायचे व आजचे मरण उद्यावर ढकलायचे. ग्रीससाठी

ही मुदत तीस ते पस्तीस वर्षांचीही असू शकेल.

कर्जदात्यांपुढील पेचाचा ग्रीस चांगलाच गैरफायदा घेत आहे. हयापुढील मदतीसाठी अधिक कठोर अटी व काटकसरीची उपाययोजना आखली जाईल, कुठलीही मदत मिळण्याअगोदर ग्रीसने काही आर्थिक सुधारणा तातडीने राबवल्या पाहिजेत, अशी भाष्ये जरी सबल युरोपीय देशांच्या प्रतिनिधींकडून जोरदारपणे ऐकू येऊ लागली असली व युरोपीय संघामधून ग्रीसला बाहेर काढण्याची तयारीही सुरू झाली असली तरी हे सर्वांनाच माहीत आहे, की ग्रीसच्या बाहेर पडण्याची जबरदस्त किंमत सर्व जगाला मोजावी लागणार आहे. कारण ग्रीसच्या बाहेर पडण्याचे दूरगामी परिणाम जागतिक वित्तीय बाजारांच्या स्थैर्यावर, भांडवलाच्या प्रवाहांवर, रोख्यांवरील उत्पन्नावर, शेअर्सच्या मूल्यांकनावर, आंतरराष्ट्रीय व्यापार व गुंतवणुकीवर निश्चितपणे होणार आहेत. इतर युरोपीय देशांमधून राजकीय जोखीम वाढण्याचाही दाट संभव आहे. २००७-०८च्या वित्तीय अरिष्टामधून आत्ता कुठे सावरू लागलेली जागतिक अर्थव्यवस्थाही पुरेशी लवचीक राहिलेली नाही. त्यामुळे अडलेल्या युरोपावर ग्रीसचे पाय धरण्याची वेळ पुन्हा एकदा आली आहे, हे नक्की.

ह्या मंथनातून आपल्या देशासाठी (सद्य परिस्थितीत) जर कुठला महत्त्वाचा संदेश मिळत असेल तर तो आहे विनिमय दराच्या व्यवस्थापनाचा. सुदैवाने आपल्या चलनाचे व्यवस्थापन आपल्या हातात आहे. प्रश्न हा आहे की रुपयाचे सध्याचे मूल्यांकन योग्य आहे का? आंतरराष्ट्रीय बाजारात घटलेल्या कच्च्या तेलाच्या व इतर वस्तूंच्या किंमतीमुळे तसेच उद्योगांमधील मंदीमुळे जरी आपल्या देशाची आयात घटत असली, तरीही मंदावलेल्या जागतिक मागणीमुळे व विनिमय दराच्या मूल्यवृद्धीमुळे (appreciation) आपली निर्यातही कितीतरी अधिक प्रमाणात, सातत्याने गेले सहा महिने घटत आहे. विदेशी चलनामध्ये काम करणाऱ्या अर्थतज्ज्ञांच्या मते एप्रिल-मे, २०१५मध्ये विनिमय दरात (रुपया/अमेरिकन डॉलर) ७.० टक्के एवढी मूल्यवृद्धी झाली आहे, ज्यामुळे आपली निर्यात अजूनच कमी होऊ शकते. त्यात ग्रीस संकटाच्या टांगत्या तलवारीचा दुष्परिणाम आपल्या देशामध्ये येणाऱ्या भांडवलाच्या ओघावर तसेच युरोपीय देशांबरोबरीच्या व्यापारावर होऊ शकतो.

जर आपल्याला चालू आर्थिक वर्षात आंतरराष्ट्रीय व्यवहारातील ताळेबंद (balance of payments) गंभीरपणे बिनसू द्यायचा नसेल, तर आपल्या विनिमय दराचे मूल्य शिस्तबद्धपणे घटवणे (depreciation) अतिशय आवश्यक आहे. कारण अंगापेक्षा बोंगा जास्त ह्या प्रकारामुळे येणारी दिवाळखोरी किती भयानक असू शकते, ते ग्रीसने सर्व जगाला उत्तम दाखवून दिले आहे.

८

अर्धी बाजू रिकामीच

कॉर्पोरेट क्षेत्रातील कंपन्यांच्या संचालक मंडळांवर (Board of Directors) पुरेशा प्रमाणात स्त्रिया नसणे हा एकंदर जगासाठीच विशेष चर्चेचा विषय बनला आहे. खरंतर जगभरच्या बँकिंग, कायदे क्षेत्र, माहिती-तंत्रज्ञान क्षेत्र आणि वैद्यकीय क्षेत्रांमध्ये मोठ्या प्रमाणात स्त्रिया कार्यरत असल्याचे दिसून येते. काही मोठ्या कंपन्यांच्या (जसे की जनरल मोटर्स, आय.बी.एम., पेप्सिको, याहू, इत्यादी) अत्युच्च पदांवरही स्त्रियांचे नेतृत्व दिसून येते. पण तरीही एकंदर जगामध्येच कॉर्पोरेट क्षेत्रातील कंपन्यांच्या संचालक मंडळांवर अतिशय अभावाने स्त्रिया आढळतात. स्टँडर्ड अँड पूअर्सच्या यादीतील सर्वात वरच्या ५०० कंपन्या घेतल्या तर त्यांच्या संचालक मंडळांवरील पुरुषांचे प्रमाण ८० टक्क्यांपेक्षा अधिक असल्याचे दिसते.

स्त्रियांचे संचालक मंडळांवरील प्रतिनिधित्व वाढावं म्हणून बऱ्याच युरोपीय देशांनी गेल्या काही वर्षांत ह्याबाबत सक्ती करण्याचे, दंड आकारण्याचे धोरण स्वीकारले व त्यामुळे ह्या देशांतील कंपन्यांच्या संचालक मंडळांमधली स्त्री-पुरुष विषमता थोड्याफार प्रमाणात कमीही झाली. अमेरिकेत मात्र १९९५-२००५ ह्या दशकाच्या तुलनेत, २००५-२०१५ ह्या दशकात ही विषमता (फॉर्च्युन ५०० कंपन्यांसाठी) वाढल्याचे आढळून आले. इंग्लंड व फिनलंड ह्या देशांत स्त्री-पुरुष विषमतेवरून उसळलेल्या चर्चांमुळे कंपन्यांच्या भागधारकांनीच स्त्रियांचे संचालक मंडळावरील प्रतिनिधित्व वाढवण्याचा आग्रह धरला व परिणामी ह्या बाबतीत हे दोन्ही देश अमेरिकेच्या पुढे जाऊ शकले. ज्या देशांमधून कायद्याचे आदेश किंवा सामाजिक चळवळींसारखे दबाव निर्माण झाले नाहीत, त्या देशात मात्र संचालक

मंडळांचे स्वरूप पुरुषप्रधान राहिले. अमेरिकेसारख्या देशात जिथे माहिती तंत्रज्ञानाच्या क्षेत्रात शेरिल सँडबर्ग (फेसबुकची प्रमुख) व मरिसा मायर (याहूची प्रमुख) सारख्या तज्ज्ञ स्त्रियांची उपस्थिती दिसून येते, तिथेही सिलिकॉन व्हॅलीतील एक-तृतीयांश कंपन्यांच्या संचालक मंडळावर एकही स्त्री-संचालक नसल्याचे २०१४ मधील सर्वेक्षणातून निदर्शनास आले.

कॅटॅलिस्ट ह्या स्त्री-हितकरी संस्थेच्या अगदी अलीकडच्या काळातील सर्वेक्षणानुसार नॉर्वे, फिनलंड व फ्रान्स ह्या देशातील कंपन्यांच्या संचालक मंडळांवर स्त्रियांचे प्रमाण तुलनेने लक्षणीय म्हणजे ३० टक्के ते ४० टक्के एवढे आहे, तर ह्याबाबतीतील सगळ्यात दुर्दैवी परिस्थिती जपान, पोर्तुगल व भारतामध्ये आहे. स्वीडन, बेल्जियम, इंग्लंड, डेन्मार्क ह्या देशांच्या तुलनेत संचालक मंडळांवरील विषमता अमेरिका, ऑस्ट्रेलिया व जर्मनीमध्ये कितीतरी अधिक प्रमाणात आहे. ही परिस्थिती सुधारावी म्हणून अनेक देशांमध्ये कायद्याचे आदेश दिले गेले व अधिकृतपणे स्त्रियांची संचालक मंडळांवरील संख्याही ठरवली गेली. ह्यापैकी काही देश म्हणजे जर्मनी, बेल्जियम, फिनलंड, फ्रान्स, इटली, नेदरलँडस, स्पेन, मलेशिया, इस्राइल व भारत हे आहेत.

भारताच्या संदर्भात बोलायचे झाले तर आपल्या देशात २०१३मध्ये जाहीर झालेल्या नवीन कंपनी अॅक्टने सर्व सूचीबद्ध (listed) कंपन्यांच्या संचालक मंडळांवर किमान एकतरी स्त्री संचालिका असावी असे बंधन घातले. हा नियम लागू केला तेव्हा राष्ट्रीय शेअर बाजारातील (National Stock Exchange) ६० टक्के सूचीबद्ध (listed) कंपन्यांच्या संचालक मंडळांवर एकही स्त्री संचालिका नव्हती. भारत हा आशिया खंडात तिसऱ्या क्रमांकावर असला तरीही कॅटॅलिस्टच्या अहवालानुसार भारतीय कंपन्यांसाठी संचालक मंडळावरील स्त्रियांचे प्रमाण जेमतेम ५% एवढेच आहे, अगदी इतर ब्रीक्स देशांपेक्षाही (म्हणजे ब्राझील, रशिया, इंडिया, चायना, साऊथ आफ्रिका इ.) कमी. हा नियम लागू झाल्यानंतर शेअर बाजारांच्या नियंत्रकाने, म्हणजेच सेबीने (Securities Exchange Board of India) असा इशाराही दिला की जर १ एप्रिल २०१५ पर्यन्त ह्या नियमाची अंमलबजावणी झाली नाही तर दंड आकारला जाईल. खरंतर कंपन्यांचे प्रशासन (Corporate Governance) सुधारण्याच्या हेतूने सेबीने हे पाऊल उचलले होते पण तरीही अनेक कंपन्यांनी ह्याबाबतीत काहीही हालचाल केली नाही. अलीकडेच (साधारण जुलै २०१५च्या मध्यात) मुंबई शेअर बाजाराने (Bombay Stock Exchange) ५३० सूचीबद्ध कंपन्यांवर बराच मोठा दंड आकारला. त्याचवेळी राष्ट्रीय शेअर बाजारानेही २६० सूचीबद्ध कंपन्यांना दंड आकारण्याची ताकीद दिली. गंमत म्हणजे ज्या भारतीय कंपन्यांना स्त्री संचालिका नेमण्यात अपयश आलंय त्यात

आदित्य बिर्ला केमिकल्स, निस्सान कॉपर लिमिटेड, इन्फोटेक लिमिटेड ह्यांसारख्या नावाजलेल्या खाजगी कंपन्यांचा तसेच बँक ऑफ इंडिया, बँक ऑफ महाराष्ट्र, स्टेट ट्रेडिंग कोर्पोरेशन ऑफ इंडियासारख्या सार्वजनिक क्षेत्रातील वित्तीय संस्थांचाही समावेश आहे. एक वर्षाची मुदत, दोन निर्धारित कालमर्यादा (deadlines) व दंड आकारला जाण्याची ताकीद ह्यांच्या दबावामुळे अनेक कंपन्यांनी जरी स्त्री संचालिकांची नेमणूक करण्यात तत्परता दाखवली असली तरीही त्यांच्यापैकी बऱ्याच जणांनी व्यावसायिकतेचे सर्व नियम धुडकावून कुटुंबातील स्त्रियांचीच (पत्नी, बहीण, आई, सासू, इ.) संचालक मंडळांवर नेमणूक केली आहे.

ह्यांपैकी अनेक कंपन्यांचा स्त्री संचालिका नेमण्यास विरोध होता. त्यांच्या मते व्यावसायिकदृष्ट्या कर्तबगार स्त्रियांचे प्रमाण अतिशय कमी असल्यामुळे, तसेच स्त्रियांमध्ये स्वतंत्रपणे जबाबदारी घेण्याची क्षमता कमी असल्याने त्यांना योग्य पात्रतेच्या स्त्रिया मिळणे जड जात होते. पण सेबीने सक्ती केल्यानंतर अचानकपणे त्यांना उमगलं की व्यावसायिकदृष्ट्या कर्तबगार स्त्रिया त्यांच्या कुटुंबातच आहेत मग अनेक राबडी देवी तयार करण्यात आल्या. ज्यांना हे जमलं नाही, त्यांनी इतर प्रकारचे आडमार्ग निवडले व कागदोपत्री का होईना, नियम पाळण्याची व्यवस्था केली.

ही गोष्ट खरी आहे की ज्या सांस्कृतिक वातावरणात स्त्रियांची वाढ होते किंवा त्या जगत असतात त्याचा निश्चितपणेच त्यांच्या मनोबलावर, महत्त्वाकांक्षांवर व प्रेरणांवर परिणाम होत असतो. परिणामी अनेक सुशिक्षित व कामात चोख असलेल्या स्त्रियांमध्येही पुरेशा प्रमाणात आत्मविश्वास नसतो. त्यामुळे बऱ्याच वेळा कॉर्पोरेट जगातील सक्षम स्त्रियाही एखाद्या छत्राखाली जगणे निवडतात, स्वतंत्रपणे जबाबदारी घेणे टाळतात. सार्वजनिक बँकिंग क्षेत्रात काम करत असताना मी हे जवळून बघितलंय की अनेक सक्षम व कर्तबगार स्त्रिया प्रमोशन बरोबर अटळ असलेल्या बदलीच्या भीतीने प्रमोशन घेणे टाळायच्या, अनेक वर्षे खालच्या पदांना चिकटून राहायच्या, पण अत्यंत नेकीने व निष्ठेने वरिष्ठ पदांच्या जबाबदाऱ्यांचा भार वाहायच्या. त्यांच्या ज्ञानाचा व अनुभवाचा जबरदस्त फायदा बँकिंग क्षेत्राकरता आवश्यक अशा जोखीम-प्रबंधनाच्या, वसुलीच्या, सांख्यिकी सांभाळण्याच्या पद्धती व प्रणाली विकसित करण्यासाठी सर्रास होत असायचा. पण त्यांच्या कष्टाचे प्रामाणिक श्रेय त्यांच्या पदरात पडलेले मी तरी बघितले नाही. अर्थात ह्याचा अर्थ सर्वच स्त्रिया अतिशय कार्यक्षम किंवा सदसद्विवेकी असतात असा नाही. पण ज्या असतात त्यांच्या स्त्रीविषयक गरजांचा विचार संवेदनशीलतेने कॉर्पोरेट धोरणांमध्ये केलेला नसतो, हे ही सत्य आहे. ह्याबाबतीत सध्याच्या स्टेट बँक ऑफ इंडियाच्या प्रमुख अरुंधती भट्टाचार्य ह्यांचा कृतज्ञतापूर्वक उल्लेख करणं गरजेचं आहे. जितक्या ठामपणे त्यांनी सरकारी बँकांना लुबाडणाऱ्या प्रवर्तकांना (promoters)

जरब बसवण्याचे धैर्य दाखवले, कारणाशिवाय सरकारी बँकांना दोष देणाऱ्यांशी दोन हात केले, तितक्याच ठामपणे पण संवेदनशीलतेने त्यांनी स्त्री कर्मचाऱ्यांच्या गरजांचा विचार करून, त्यांच्या असुरक्षेच्या काळात त्यांच्यासाठी सॅबॅटिकल रजेची सोय निर्माण केली व अनेक स्त्रियांच्या नोकऱ्या वाचवल्या. व्यावसायिकदृष्ट्या कर्तबगार स्त्रियांचे प्रमाण कमी असल्याची तक्रार करणाऱ्यांनी स्वत:च्या कंपन्यांमध्ये कर्तबगार स्त्रियांची मजबूत फळी बनवण्यासाठी काय करता येईल ह्याचा विचार करणे गरजेचे आहे.

संचालक मंडळांच्या संदर्भात लैंगिक विभिन्नतेचा आग्रह धरणाऱ्या तज्ज्ञांच्या अभ्यासानुसार अशा प्रकारच्या विभिन्नतेमुळे नवनवीन कल्पना आकाराला येणे, वेगळ्या प्रकारची उपाययोजना बनवली जाणे, प्रशासनातील (corporate governance) सुधारणा, काटेकोरपणातील सुधारणा, जोखीम-प्रतिबंधासाठी (risk management) अधिक कार्यक्षम पद्धतींचा विकास, ग्राहक, कर्मचारी, भागधारक ह्यांच्या गरजांचा अधिक संवेदनक्षमतेने विचार, कंपनीच्या दूरगामी फायद्यांचा विचार व त्यासाठीचे अग्रक्रम, स्त्री-कर्मचाऱ्यांसाठी आदर्श (role models) घालून दिला जाणे, इत्यादी अनेक फायदे होतात. कंपन्यांची जनमानसातील प्रतिमा उजळते. अनेक जागतिक दर्जाच्या रेटिंग कंपन्या, (उदा. CalPERS, P-X World, इत्यादी) गुंतवणुकीच्या संदर्भात लैंगिक विभिन्नतेचा निकष महत्त्वाचा समजतात. हार्वर्ड बिझिनेस रिव्ह्यूमधील संशोधन निबंधानुसार, फायनॅनशियल टाइम्स स्टॉक एक्सचेंजच्या सूचीबद्ध कंपन्यांमधील ज्या कंपन्यांच्या संचालक मंडळांवर कमीत कमी तीन स्त्री-संचालिका आढळल्या त्यांचे प्रत्यक्ष कार्य, नफा व शेअरची किंमत इतर कंपन्यांच्या तुलनेत सर्वार्थाने वरचढ दिसून आली.

भारताच्या संदर्भात बोलायचं झालं तर स्त्रियांच्या संचालक मंडळावर काम करण्याच्या योग्यतेविषयी तसेच व्यवसायिकतेविषयी संशय घेणाऱ्यांसाठी पुण्यातील जोमाने काम करणारी भगिनी निवेदिता बँक, हे चोख उत्तर आहे. ह्या बँकेच्या संचालक मंडळावर काम करणारे सर्व संचालक स्त्रिया असून, सध्याच्या बिकट आर्थिक परिस्थितीतही ह्या बँकेची वित्तीय स्थिती अत्यंत मजबूत आहे. नुसते संचालक मंडळच कशाला, अगदी शिपायापर्यंतच्या सर्व जबाबदाऱ्या इथे स्त्रियाच सांभाळतात. हजार कोटींपेक्षा अधिक व्यवसाय असलेली ही बँक सातत्याने नफा तर करते आहेच, पण ह्या बँकेची निव्वळ बुडीत कर्जे (net non-performing assets) सातत्याने शून्य आहेत. ह्या बँकेने अनेक मोठ्या उद्योगांना कर्जे दिली असली तरीही तिचा प्रातिनिधिक ऋणको (borrower) हा सामान्य माणूस आहे. ह्या सामान्य माणसांपर्यंत पोहोचण्यासाठी, गरीब स्त्रियांमधील उद्योजकतेला प्रेरित करण्यासाठी, छोटे व्यावसायिक तसेच कुशल-

अकुशल कामगारांना बँकिंगच्या मुख्य प्रवाहात सामावून घेण्यासाठी ह्या बँकेतील स्त्री कर्मचारी त्यांच्या घरीदारी, कामाच्या ठिकाणी पोचतात, बँकेने देऊ केलेल्या सुविधांची, सवलतींची माहिती पुरवतात तसेच आवश्यक ते प्रशिक्षणही देतात. साहजिकच, रिझर्व्ह बँकेने नेमून दिलेल्या अग्रक्रम क्षेत्रांच्या (priority sectors) सर्व उद्दिष्टांची पूर्तता, अनिवार्यतेपेक्षाही अधिक प्रमाणात होते. सातत्याने नफाही मिळवत असल्यामुळे ही बँक गेली पंधरा वर्षे आपल्या छत्तीस हजारांवर असलेल्या सभासदांना पंधरा टक्के लाभांशही देत आली आहे. जोखीम-प्रबंधन, अनुपालन इत्यादींचा दर्जा उत्तम असल्यामुळे ह्या बँकेला सातत्याने रिझर्व्ह बँकेची उच्च श्रेणी व 'अ' ऑडिट वर्ग लाभत आला आहे.

मुख्य म्हणजे हे सर्व काम कुठल्याही प्रकारचा गाजावाजा न करता, महागड्या दिखाऊ वस्तूंवर उधळपट्टी न करता ह्या स्त्रिया करत आल्या आहेत. जाहिरातबाजी, सभा-सोहळे ह्यांचा आधार घेण्याऐवजी प्रत्यक्ष कामातून त्यांनी स्वत:च्या बँकेची प्रतिमा उजळवली आहे. वित्तीय समावेशनाचा उत्तम मापदंड आज ह्या स्त्रियांनी बँकिंग क्षेत्रासाठी निर्माण केला आहे.

याउलट राजकीय महत्त्वाकांक्षेसाठी, निवडणुकांवर डोळा ठेवून, निर्भया प्रकारात आलेल्या अपयशावर पांघरूण घालण्यासाठी जी महिला बँक नोव्हेंबर २०१३मध्ये निर्माण करण्यात आली होती, जिच्या स्थापनेपासून आजतागायत जी संपूर्णपणे सरकारी बँकांवर अवलंबून राहिली होती, तिचे स्टेट बँकेमध्ये विलीनीकरण करण्याची योजना आज आखली जात आहे. काय सांगावं, उद्या ह्या फसलेल्या राजकीय चालीचं खापर महिला बँकेच्या संचालक मंडळावर बसवलेल्या व सरकारच्या हातातील प्यादी बनलेल्या महिलांवरही फोडलं जाऊ शकतं.

जगभरातील कॉर्पोरेट अनुभव व पुरावा हेच सांगतो की लैंगिक विभिन्नतेमुळे कंपन्यांचा आर्थिक कारभार व वित्तिय कामगिरी सुधारते. मात्र कर्तबगार स्त्रियांची मजबूत फळी निर्माण करण्यासाठी, कंपन्यांची कामगारविषयक धोरणे स्त्रीवर्गाच्या गरजांविषयी संवेदनशील असावी लागतात.

भलेमोठे खर्च, सभा-सोहळे, घोषणाबाजी, अनेक समित्या व त्यांचे अगम्य प्रस्ताव ह्यातून जे साधले नाही, ते वित्तीय समावेशनाचे कार्य सुलभपणे कसे करता येईल हे दाखवणाऱ्या भगिनी निवेदिता बँकेचा आपल्या सर्वांनाच अभिमान वाटला पाहिजे. मुख्य म्हणजे संचालक मंडळांवरची अर्धी बाजू बुद्ध्याच रिकामी ठेवणाऱ्यांना, गाळलेल्या जागा भरल्यावर काय चमत्कार घडू शकतो हे दाखवण्याचं मोठं काम ह्या बँकेने केलं आहे, हे कुणीही नाकारू शकणार नाही.

१

अर्थव्यवस्थेच्या अंतरंगात

वित्तार्थ सदराच्या बऱ्याच वाचकांनी सध्याच्या जागतिक व देशीय अर्थस्थितीबद्दल लिहिण्याचा आग्रह केला आहे. खरंतर जे काम आपण आपल्या नित्यक्रमाचा (routine) भाग म्हणून करत असतो त्याविषयी लिहिणं बऱ्यापैकी कंटाळवाणं होऊ शकतं. मात्र २०१५-१६च्या आर्थिक वर्षासाठी हा धोका तितकासा उरलेला नाही, कारण नित्यकर्म असं काही राहिलेलंच नाही. सतत नवनवीन महासंकटं निर्माण होत आहेत. एका महासंकटाला सामोरं जाण्याची तयारी करत असतानाच दुसरं महासंकट निर्माण होत असल्यामुळे एखाद्या थरार चित्रपटाच्या प्रेक्षकांप्रमाणे आर्थिक व वित्तिय क्षेत्रातील अभिकर्त्यांची (agents) स्थिती झाली आहे.

एकतर वर्षाच्या सुरुवातीपासूनच अमेरिकेची केंद्रीय बँक व्याजाचे दर (जे २००८च्या अरिष्टापासून शून्याच्या आसपास ठेवण्यात आले आहेत) वाढवण्यास सुरुवात करेल, असे आडाखे बांधण्यात आले होते. कारण अमेरिकेची आर्थिक स्थिती धीम्या गतीने का होईना पण सातत्याने सुधारत असल्याचे दिसत होते. एकीकडे, अमेरिकेतील व्याजाचे दर वाढू लागले तर आपल्या देशासारख्या विकसनशील देशांतील परकीय भांडवल पुनश्च देशांबाहेर जाईल व त्याचा विपरीत परिणाम ह्या देशांतील शेअर बाजार, रोखे बाजार, चलन इत्यादींवर होईल ही भीती वाढीस लागली होती तर दुसरीकडे, अमेरिकेसारख्या बलाढ्य देशाची अर्थस्थिती सुधारण्याचा फायदा ह्या देशांच्या निर्यात क्षेत्रांना होईल हा दिलासाही वाटत होता. मात्र कडाक्याच्या हिवाळ्यामुळे २०१५च्या पहिल्या तिमाहीत अमेरिकेची अर्थस्थिती मंदावली व काही काळापुरती का होईना, तेथील व्याजाचे दर वाढण्याची भीती पुढे ढकलली

गेली. (नुकत्याच झालेल्या १७ सप्टेंबरच्या बैठकीने हा निर्णय अजूनच पुढे ढकलल्यामुळे, जगभरच्या वित्तिय बाजारांनी अतिदक्षता विभागात जाण्याची तयारी पुनश्च पुढे ढकलली आहे.) पण मग ग्रीस प्रश्नाने उचल खाल्ली. पुन्हा एकदा ग्रीसच्या दिवाळखोरीचे अंतरंग उलगडले गेले व ग्रीस युरोपीय संघाच्या बाहेर फेकला जाण्याची भीती निर्माण झाली. ह्या प्रश्नावर (नेहमीप्रमाणेच) खटपटी-लटपटी करून आंतरराष्ट्रीय नाणेनिधी, युरोपीय कमिशन व युरोपीय केंद्रीय बँकेने परस्पर सामंजस्याने (तात्पुरता?) तोडगा काढला व ग्रीसचे बाहेर पडणे टाळले गेले. ह्या धक्क्यातून जागतिक अर्थव्यवस्था सावरते न सावरते तोच चीनचा गोंधळ उघडकीस आला. चीनची झपाट्याने मंदावणारी अर्थव्यवस्था, खालावलेला उपभोग-खर्च (low consumption expenditure), कोसळणारी निर्यात, डबघाईला आलेले बँकिंग-क्षेत्र, अपयशी ठरलेल्या राजकोशीय आणि मुद्राविषयक योजना (fiscal monetary policies) व मग हातघाईला येऊन केलेले चलनाचे अवमूल्यन (devaluation) हयातून मोठीच अनिश्चितता निर्माण झाली. त्यात चीनच्या अधिकृत सांख्यिकीवर गुंतवणुकदारांचा विश्वास नसल्याने प्रत्यक्षात चीनची वाढ फक्त चार टक्क्याने (प्रतिशत) (अधिकृत सांख्यिकीनुसार सात टक्के) होत असल्याचे अहवाल काही महत्त्वाच्या संस्थांकडून प्रसिद्ध झाले व जागतिक बाजारपेठ चिंताग्रस्त झाली. एकतर जगातील दुसऱ्या क्रमांकावरची अर्थव्यवस्था मंदावल्याचा आंतरराष्ट्रीय व्यापारावर विपरीत परिणाम झालाच आहे, त्यात चीनकडून होणाऱ्या मागणीचे प्रमाण झपाट्याने आक्रसत चालल्यामुळे अशोधित तेलाच्या (crude oil) तसेच अनेक प्रकारच्या धातूंच्या (अगदी सोन्या-चांदीच्यासुद्धा) जागतिक बाजारपेठेतील किंमती गडगडत आहेत. ह्यामुळे, ह्या वस्तूंच्या निर्यातीवर अवलंबून असलेल्या देशांच्या अर्थव्यवस्था संकटात सापडल्या आहेत. चीनने स्वत:च्या चलनाचे अचानकपणे अवमूल्यन केल्यामुळे इतर देशांच्या चलनांवर दबाव येत चालला आहे. स्वत:च्या निर्यातक्षेत्रांची स्पर्धात्मकता टिकवण्यासाठी त्यांना स्वत:च्या चलनाचे विमूल्यन (depreciation) स्वीकारणे गरजेचे बनले आहे.

जागतिक अर्थव्यवस्थेच्या संदर्भात विचार केला तर चीनची सातत्याने ढासळणारी अर्थव्यवस्था, जपान व अनेक युरोपीय देशांमधील आर्थिक चढउतार (उदा. फ्रान्स, इटली इत्यादी), ग्रीससाठीचा मंदीचा व पुनश्च दिवाळखोरीचा संभाव्य धोका, जागतिक बाजारपेठेत अनेक मूलाधार वस्तूंच्या कोसळलेल्या किमतीमुळे ह्या वस्तूंच्या निर्यातीवर अवलंबून असलेल्या देशांची खालावलेली स्थिती (उदा. लॅटिन अमेरिकन देश, रशिया इत्यादी), अमेरिकेतील व्याजदर वाढू लागण्याची व त्यामुळे वित्तीय बाजारात अस्थैर्य माजण्याची टांगती तलवार, चिनी चलनाच्या अवमूल्यनामुळे निर्माण झालेली मूक

चलनयुद्धाची जोखीम (ज्यातील स्पर्धात्मकतेमुळे बऱ्याच विकसनशील देशांची आर्थिक प्रगती संथावण्याचा धोका) इत्यादींमुळे जागतिक अर्थव्यवस्थेच्या आर्थिक प्रगतीत अनेक अडथळे निर्माण झाले आहेत. ह्यामुळेच अनेक आंतरराष्ट्रीय संस्थांनी तसेच रेटिंग एजन्सींनी जागतिक अर्थव्यवस्थेच्या २०१५ तसेच २०१६ ह्या वर्षांमधील अपेक्षित वाढीच्या पूर्वानुमानात घट केली आहे. मूडीज् ह्या रेटिंग एजंसीच्या अलीकडच्या भाकीतानुसार, जगातील सर्वात महत्त्वाच्या वीस देशांचे, २००८ पूर्वीच्या निरोगी स्थितीत पुनरागमन होणे कमीतकमी अजून पाच वर्षे तरी शक्य नाही.

जागतिक पातळीवरील ह्या आर्थिक जोखमींचा विपरीत परिणाम (इतर विकसनशील देशांप्रमाणे) भारताच्याही निर्यातक्षेत्रावर, शेअर व रोखे बाजारांच्या स्थैर्यावर, चलनमूल्यावर तसेच व्याजदारांवर होतो आहे आणि होत राहणार आहे. व ह्या अनिश्चिततेच्या सावटांमुळे इतर विकसनशील देशांप्रमाणे आपल्या देशाच्या आर्थिक प्रगतीबाबतही अनेक प्रश्नचिन्हे निर्माण झाली आहेत.

त्यात ह्यावर्षी आपल्या कृषिक्षेत्राला लागोपाठ दुसऱ्या वर्षी अपुऱ्या पावसाचा फटका बसला आहे. खरंतर भारतातील अनेक प्रदेशातील कृषिक्षेत्रांसाठी गेली तीन पिके नुकसानीत गेली आहेत. गेल्या वर्षीचा उशिराने सुरू झालेला पाऊस, फेब्रु-मार्चमधील अवकाळी पाऊस व ह्या वर्षीचा अपुरा व विषम विभाजन असलेला पाऊस ह्यामुळे अनेक प्रांतातील शेतकरी कर्जबाजारी झाले आहेत. महाराष्ट्र, कर्नाटक, आंध्र प्रदेश, तेलंगणा, उत्तर प्रदेश, पंजाब, हरयाणा, चंदीगड व दिल्लीमधील अनेक ठिकाणी गंभीर दुष्काळी परिस्थिती निर्माण झाली असून तांदूळ, डाळी, ज्वारी, मका, कापूस अशा अनेक महत्त्वाच्या खरीप पिकांच्या उत्पादनावर गदा आली आहे. ग्रामीण भागांमधील उत्पन्न घटल्यामुळे ह्या भागांमधून होणारी ट्रॅक्टर्स, दुचाकी वाहने व इतर कृषी साधनांसाठीची तसेच अनेक ग्राहकोपयोगी वस्तूंसाठीची मागणी मोठ्या प्रमाणात कमी झाली आहे. त्यात जागतिक बाजारपेठेतील कृषि वस्तूंच्या किंमती घसरल्यामुळे निर्यातीमधून उत्पन्न मिळवण्याच्या संधीही शेतकऱ्यांकरता कमी झाल्या आहेत.

उद्योगक्षेत्राची परिस्थितीही यथातथाच म्हणावी लागेल. अलीकडेच प्रसिद्ध झालेले औद्योगिक कंपन्यांचे पहिल्या तिमाहीतील निकाल एकूण विक्रीमध्ये व अर्थार्जनात गेल्या वर्षीच्या तुलनेत घट झालेलीच दाखवतात. मूलाधार (core) उद्योगक्षेत्रात एक कोळसा सोडला तर बाकीच्या उद्योगांमध्ये (जसे की अशोधित तेल, नैसर्गिक वायु, परिष्करणी उत्पादने, सिमेंट, वीजनिर्मिती, पोलाद, इत्यादींमध्ये) सतत चढउतार चालू असलेले आढळतात. ह्या वर्षीच्या पहिल्या तिमाहीतील मूलाधार वस्तूंच्या उत्पादनातील वाढ गेल्या पाच वर्षांतील प्रतिवार्षिक सरासरी वाढीपेक्षाही कमी आहे. पोलादक्षेत्राची परिस्थिती सतत कमी होणाऱ्या मागणीमुळे, जागतिक बाजारपेठेतील कोसळलेल्या

किंमतीमुळे व आयातीमधून निर्माण झालेल्या स्पर्धेमुळे गेल्या दहा वर्षांत नव्हती इतकी बिकट बनली आहे. वीजक्षेत्रात, राज्य वीज मंडळांची परिस्थिती इतकी हलाखीची बनली आहे की ह्या मंडळांमध्ये दीर्घकालीन वीज खरेदी करार करण्याची ताकद उरलेली नाही. बँकांकडून मोठ्या प्रमाणात अर्थसाहाय्य घेताना कबूल केलेल्या अटींचीही (जसे की प्रशुल्कामधील वाढ, तांत्रिक तसेच व्यापारी नुकसान कमी करण्याचे प्रयत्न) ह्या वीजमंडळांकडून पूर्ती झालेली नाही. त्यामुळे बँकिंगक्षेत्राचे जवळपास चार लाख कोटी रुपये ह्या क्षेत्रात अडकून पडले आहेत.

गेल्या पाच वर्षांत आपल्या देशातील आर्थिक व धोरणात्मक परिस्थिती इतकी बदलली आहे की पाच वर्षांपूर्वी व्यवहार्य वाटलेले अनेक उद्योग आज वेगवेगळ्या कारणांमुळे ठप्प झाले आहेत. त्यांना पुन्हा पुन्हा कर्जे देऊन व ह्या कर्जांची पुनर्रचना करून (जसे की व्याजावर सवलत, मुद्दलावर सवलत किंवा कर्जाची कालमर्यादा वाढवून देणे इत्यादी) बँकाचेही मोठ्या प्रमाणात पैसे अडकले आहेत. हे प्रकल्प ठप्प होण्यामागे अनेक कारणे आहेत. उदाहरणार्थ, नोकरशाहीकडून वेगवेगळ्या संमती देण्यात होणारी दिरंगाई, जमीन मिळवण्यातील अडचणी, कच्चा माल अथवा इंधनासंबंधित अडचणी, मागणीतील घट, बाजारपेठेतील प्रतिकूल घडामोडी, प्रवर्तकाची (promoter) उदासीनता किंवा भ्रष्टाचार, कर्जाऊ रकमेची कमतरता ह्यांसारखी अनेक कारणे सांगता येतील. ह्या अडचणी कमी करण्यासाठी जे प्रयत्न होत आहेत त्यात देशीय राजकीय अडचणी तर आहेतच पण आंतरराष्ट्रीय (international) घडामोडींमुळे व अनिश्चिततेमुळे ह्या प्रक्रियेचा वेगही कमीजास्त करण्याचे बंधन धोरणकर्त्यांवर पडत आहे.

औद्योगिक क्षेत्राच्या स्थितीमुळे सरकारी बँकांची पीडित कर्जे (stressed assets) त्यांच्या एकूण कर्जांच्या १०.७ टक्के एवढी वाढली आहेत तर खाजगी बँकांसाठी हे प्रमाण ५.५ टक्के एवढे आहे. ह्यामुळे व्यापारी बँकांची नव्याने कर्जे देण्याची इच्छा व क्षमता बऱ्यापैकी घटली आहे. अलीकडेच प्रकाशित झालेल्या रिझर्व्ह बँकेच्या सांख्यिकीनुसार ह्या वर्षाच्या पहिल्या तिमाहीत बँकांनी उद्योगांना दिलेली कर्जे एक टक्क्याने घटली तर कृषी, सेवा व किरकोळ (गृहकर्जे, वाहनकर्जे इत्यादी) क्षेत्रांना दिलेली कर्जे अनुक्रमे ३.८ टक्के, १.४ टक्के व ४.० टक्क्यानी वाढली. ह्याचा अर्थ, बँकांही उद्योगांपासून दूर होत चालल्या आहेत.

कर्जांच्या पुनर्रचनेमुळे उद्योगांचे मूळ प्रश्न सुटत नाहीत हे सर्वांनाच माहीत असले तरीही बाकी प्रश्न सुटेपर्यंत उद्योगांना कर्जे देत तगवून ठेवण्याचा प्रकार आता सरकारी बँकांच्या, शासनाच्या तसेच अस्सल (genuine) उद्योगांच्या प्रवर्तकांच्या गळ्यापर्यंत आला आहे. ह्याची सर्वात मोठी शिक्षा आधारभूत संरचना (infrastructure) क्षेत्रास मिळत आहे. कारण एकूण पुनर्रचित कर्जांपैकी ३० टक्के कर्जे, आधारभूत

संरचना क्षेत्रातील आहेत व त्यातही मुख्य हिस्सा वीज क्षेत्राचा आहे. आजमितीला खरी गरज ह्या प्रकल्पांना वाचवण्याची, त्यांच्याशी निगडित जोखीम कमी करण्याची आहे. जोपर्यंत हा प्रश्न कळीचा प्रश्न मानला जात नाही तोपर्यंत करण्यात येणारे सगळेच उपाय अल्पमुदती ठरणार आहेत.

त्यात आंतरराष्ट्रीय क्षेत्रातील मागणी कमी झाल्यामुळे व रुपयाचे मूल्य ज्या प्रमाणात घटणे आवश्यक होते त्या प्रमाणात घटू न दिल्यामुळे भारताची निर्यातदेखील सातत्याने गेले नऊ महिने घटत आहे. चीनने केलेल्या चलनाच्या अवमूल्यनामुळे, जागतिक अर्थव्यवस्थेतील मंदीमुळे व अमेरिकेतील व्याजाचे दर वाढण्याच्या संभाव्य धोक्यामुळे भारतातील पाच महत्त्वाच्या उद्योगांमधील जोखीम मोठ्या प्रमाणात वाढल्या आहेत. हे उद्योग आहेत – परिष्करणी, पोलाद, खते, अल्युमिनियम व वीजनिर्मिती. ह्याशिवाय जे मोठ्या प्रमाणात आयात करतात असे इतर उद्योगही धोक्यात येऊ शकतात. उदाहरणार्थ, तेल शोधन, अभियांत्रिकी वस्तू, प्लॅस्टिकच्या वस्तू, दूरसंचारण सेवा, वाहनांसाठीच्या पूरक वस्तू इत्यादी.

देशातील एकूण मागणीचे प्रमाण कमी झाल्यामुळे, जागतिक बाजारपेठेतील वस्तूंच्या किंमती कोसळल्यामुळे व रिझर्व्ह बँकेच्या काटेकोरपणे राबवलेल्या तंग पतधोरणामुळे महागाई जरी आटोक्यात आली असली तरीही बँकिंग क्षेत्रामधील अवाजवीपणे वाढलेल्या पीडित कर्जांमुळे बँकांना कर्जे स्वस्तात देणे जडच जाणार आहे. त्यामुळे रिझर्व्ह बँकेने धोरणात्मक व्याजाचे दर कितीही खाली आणले तरीही त्यातून उद्योगांना कितपत चालना मिळेल ह्याविषयी शंकाच आहे.

थोडक्यात काय तर, कृषी क्षेत्राला बसलेल्या पावसाच्या फटक्यामुळे, अत्यंत अनिश्चित बनलेल्या जागतिक अर्थव्यवस्थेमुळे, आधारभूत संरचना क्षेत्रातील ठप्प झालेल्या महत्त्वाच्या प्रकल्पांमुळे, पीडित कर्जांनी गांजलेल्या बँकिंग क्षेत्राच्या कर्जे स्वस्तात देण्याच्या अक्षमतेमुळे व उद्योगांच्या एकूणच खचलेल्या आत्मविश्वासामुळे २०१५-१६च्या मध्यावरचे भारतासाठीचे आर्थिक चित्र विशेष आशावादी नाही, हेच खरे.

१०

व्यवस्थापन (की अव्यवस्थापन?) विदेशी चलन दराचे.....

भारताचा आंतरराष्ट्रीय व्यवहार ताळेबंद (balance of payments) सुधारत चालल्याचे आपण सतत ऐकत असतो. भारताचा इतर विकसनशील देशांच्या तुलनेत वाढलेला विदेशी चलन निधी (foreign exchange reserves), स्थूल राष्ट्रीय उत्पन्नाच्या फक्त १.२ टक्के पातळीवर असलेली चालू खात्यातील तूट (current account deficit), परदेशी गुंतवणूकदारांसाठी टिकून राहिलेली भारताची आकर्षकता, अनिवासी भारतीयांकडून सातत्याने येणारे वित्तप्रेषण (remittances) इत्यादींविषयी सतत शेखी मिरवलेली दिसून येते. त्यात २०१३मध्ये झालेल्या पडझडीतून सावरलेला भारतीय रुपया व त्यानंतरही अत्यंत नियंत्रित पद्धतीने होणारे रुपयाचे विमूल्यन (depreciation) हेदेखील एक प्रकारच्या कर्तबगारीचे द्योतक समजले जाते.

खरं पाहिलं तर एकूण जगाच्याच मंदावलेल्या आर्थिक प्रगतीमुळे (विशेषकरून चीनच्या, जो अनेक महत्त्वाच्या वस्तूंचा जगातील अव्वल स्थानावरील खरेदीदार आहे) अनेक वस्तूंच्या जागतिक बाजारपेठेतील किंमती २०१५-१६ ह्या वर्षात मोठ्या प्रमाणात कोसळल्या आहेत, उदा. अल्युमिनियम (१५ टक्क्यांनी कमी), तांबे (२४ टक्क्यांनी कमी), लोह धातू (४२ टक्क्यांनी कमी), कोळसा (२३ टक्क्यांनी कमी), नैसर्गिक वायू (४१ टक्क्यांनी कमी), खनिज तेल (५२ टक्क्यांनी कमी) इत्यादी. साहजिकच भारतासाठी अनेक महत्त्वाच्या वस्तूंची आयात स्वस्त झाली आहे. त्यात भारतीय उद्योगांचे (देशांतर्गत शिथिलतेमुळे) कच्चा माल, यंत्रसामग्री वगैरे आयात करण्याचे प्रमाण खूप कमी झाले आहे. आयातीवरील खर्च कमी

झाल्यामुळे (चालू वर्षातील एप्रिल ते सप्टेंबर ह्या काळात एकूण आयातीवरील खर्च १४ टक्क्यांनी कमी झाला आहे), आंतरराष्ट्रीय वस्तूव्यापार ताळेबंद (balance of trade) लक्षणीय पद्धतीने सुधारला आहे. पण जागतिक बाजारपेठेतील मंदावलेल्या मागणीमुळे भारताच्या निर्यातीलाही चांगलाच व अधिक तीव्र फटका बसला आहे. चालू वर्षातील एप्रिल ते सप्टेंबर ह्या काळात एकूण निर्यातीमधून मिळणारे उत्पन्न १८ टक्क्यांनी कमी झाले आहे. गेले दहा महिने भारतीय निर्यातीत सातत्याने घसरण होत चालली आहे व ही घसरण तीस पैकी तेवीस निर्यातयोग्य वस्तूंमध्ये दिसून येत आहे, अगदी चामड्याच्या वस्तूंपासून ते अभियांत्रिकी वस्तूंपर्यंत.

इथे प्रश्न हा आहे की निर्यातीमधील ही चिंताजनक घसरण केवळ जागतिक बाजारपेठेतील मंदावलेल्या मागणीमुळे आहे की भारतीय रुपयाचे पुरेशा प्रमाणात विमूल्यन न झाल्याचाही ह्यात हिस्सा आहे?

ह्या प्रश्नाचं उत्तर मिळवण्यासाठी थोडं इतिहासाकडे वळावं लागेल. त्यासाठी आपण भारतीय रुपया व अमेरिकन डॉलर ह्यांच्यातील चलनदराचा विचार करू, कारण आंतरराष्ट्रीय व्यापारात अमेरिका हा आपला सर्वात मोठा भागीदार आहे. १९७१-७२ ते २०१४-१५ ह्या ४३ वर्षांच्या प्रदीर्घ काळात भारतातील किंमती (राहणीखर्च निर्देशांकामधील) सरासरी ८.१ टक्के प्रती वर्ष या वेगाने वाढल्या तर अमेरिकेतील किंमती (राहणीखर्च निर्देशांकामधील) सरासरी ४.१ टक्के प्रती वर्ष ह्या वेगाने वाढल्या. त्यामुळे भारतीय रुपया व अमेरिकन डॉलर ह्यांच्यातील चलनदराचा कल नेहमीच विमूल्यनाकडे झुकता राहिला, ह्यात नवल नाही. पण सर्वच वर्षांसाठी हे विमूल्यन पुरेशा प्रमाणात न झाल्याने भारतीय निर्यातयोग्य वस्तूंची जागतिक बाजारपेठेतील स्पर्धात्मकता अनेक वेळा धोक्यात आली. गेल्या काही वर्षांत तर (२००० ते २०१४) भारतातील महागाईचा दर दहा टक्क्याहून अधिक तर अमेरिकेतील महागाईचा दर दोन टक्क्यापेक्षा कमी अशी परिस्थिती होती पण तरीही ह्या कालखंडातील अनेक वर्षांत रुपयाची मूल्यहानी होण्याऐवजी मूल्यवृद्धी झाली. हयातून आपल्या विदेशी चलन दराच्या व्यवस्थापनातील त्रुटी प्रकर्षाने जाणवते.

क्रयशक्ती तुल्यतेच्या (purchasing power parity) सिद्धांतानुसार, कुठल्याही दोन देशांच्या चलनांमधील देवाणघेवाणीवर, त्या देशांमधील महागाई व त्या अनुषंगाने ठरवल्या जाणाऱ्या क्रयशक्तीचा (purchasing power) प्रामुख्याने प्रभाव पडतो व ह्या चलनांचे परस्पर गुणोत्तर हे ह्या चलनांची आपापली क्रयशक्ती ठरवत असतात. उदा. एखादा वस्तूंचा संच (म्हणजे व्यापार योग्य वस्तूंचा संच) जो अमेरिकेत एक डॉलरला मिळतो व त्याची भारतातील किंमत जर रु. ६० एवढी असेल तर रुपया-डॉलरचा चलन दर ६०च्या आसपास असायला हवा. अर्थात प्रत्यक्ष व्यवहारात दोन देशांमधील

चलन दर जर मुक्त (floating) असेल, तर अनेक घटकांचा विदेशी चलनदरावर परिणाम होत असतो, जसे की व्याजाचे दर, आर्थिक वाढीतील प्रत्यक्ष तसेच अपेक्षित प्रगती, गुंतवणूकदारांच्या भावना व अंदाज, सट्टेबाजी (speculation) तसेच केंद्रीय बँकेचा हस्तक्षेप, इ.

एकूण जगातील आर्थिकदृष्ट्या सबल देशांचा अनुभव लक्षात घेतला तर हे दिसून येते की त्यांचे धोरण हे नेहमीच निर्यातयोग्य वस्तूंची आंतरराष्ट्रीय बाजारपेठेमधील स्पर्धात्मकता टिकवण्यावर केन्द्रित राहिले होते व आहे. जपान, चीन, कोरिया व तैवान हे आशियाई देश ह्याची ठळक उदाहरणे आहेत. चीनसारख्या देशाने तर (प्रसंगी महागाईचा नियमही धाब्यावर बसवून) आपल्या चलनाचे नेहमीच अधोमूल्यन (undervaluation) होऊ दिले, जेणेकरून निर्यातीच्या जोरदार (दुहेरी अंकी) वाढीस खीळ बसणार नाही. हे सर्व देशही १९५०च्या दशकात आपल्या देशाप्रमाणेच आयात पर्यायन (import substitution) तसेच आंतरराष्ट्रीय संरक्षणवादी धोरणांच्या कचाट्यात अडकून पडले होते. पण योग्य वेळी त्यांनी धोरणांच्या बाबतीतील चुकीची बस बदलली व निर्यात-संवर्धन योजना अंगिकारल्या. ह्या योजनांबरोबर जी इतर धोरणे त्यांनी स्वीकारली जसे की निर्यातदारांना विनाशुल्क कच्च्या मालाची आयात करू देणे, आयातीवरील निर्बंध शिथिल करणे, पायाभूत सुविधा तसेच मानवी कौशल्ये वाढवण्यावर भर देणे इ. त्यामुळे त्यांच्या देशांची निर्यात पुढील अडीच-तीन दशके निरोगी पद्धतीने वाढत राहिली. चीनची तर ह्या मार्गाने २००० सालापासून झालेली घोडदौड सर्वज्ञात आहेच. २००९ पर्यन्त चीनच्या निर्यातीचा एकूण जगामधून होणाऱ्या निर्यातीतील हिस्सा जपान व जर्मनीच्याही पुढे गेला होता. जागतिक व्यापार संघटनेत स्थान मिळवण्यासाठी १९९८मध्ये चीनने स्वत:च्या चलनाचे ३० टक्क्यांनी विमूल्यनही घडवून आणले होते.

इतर व्यापारी भागीदार देशांपेक्षा जर आपल्या देशातील महागाई तुलनेने अधिक असेल तर आपल्या चलनाचे विमूल्यन होऊ देण्यास पर्याय नसतो हे सत्य आहे. मात्र कृत्रिमरीत्या जर चलनाचे विमूल्यन थांबवले तर त्याचे विपरीत परिणाम निर्यातक्षेत्रावर तसेच विदेशी चलन बाजाराच्या स्थैर्यावर होतात, हे अनेकवेळा दिसून आले आहे. विमूल्यनाच्या प्रक्रियेचे, निर्यातक्षेत्राची स्पर्धात्मकता टिकवण्याव्यतिरिक्त इतरही अनेक फायदे आहेत. विमूल्यनामुळे आयात महाग होते व अनावश्यक आयातीस आळा बसू शकतो, ऊर्जेवरील उधळपट्टी कमी होते, आयात पर्यायनाचे तसेच ऊर्जा-संवर्धनाचे अस्सल प्रयत्न सुरू होतात.

भारताच्या संदर्भात बोलायचे झाले तर स्वातंत्र्यप्राप्तीनंतर आपण जे आर्थिक मॉडेल स्वीकारले त्याचा भर कायम आयात पर्यायनावर राहिला. आंतरराष्ट्रीय व्यापारातून

आर्थिक प्रगती साधण्याचे प्रयत्न तुलनेने कमी झाले. परिणामी, जागतिक निर्यातीमधला भारतीय निर्यातीचा वाटा जो १९५०मध्ये १.९१ टक्के होता तो १९९२मध्ये ०.५२ टक्के एवढा कमी झाला. भारतीय अर्थव्यवस्था आधुनिक तंत्रज्ञानाला पारखी राहिली, उत्पादनखर्च वाढत राहिले, निर्यातक्षेत्राची स्पर्धात्मकता उत्तरोत्तर कमी होत गेली, विदेशी चलन निधी आक्रसत राहिला. प्रचंड प्रमाणात वाढलेल्या राजकोशीय तुटीमुळे व आटलेल्या विदेशी चलन निधीमुळे १९९१-९२मध्ये भारतावर आर्थिक अरिष्ट कोसळले. ह्या अरिष्टामधून बाहेर येण्यासाठी जो आर्थिक उदारीकरणाचा प्रकल्प राबवला गेला त्याचा एक भाग म्हणून खुल्या आंतरराष्ट्रीय व्यापाराचे धोरण स्वीकारले गेले, आयातींवरील निर्बंध उठवले गेले तसेच प्रशुल्कही कमी करण्यात आली, परकीय गुंतवणुकीसाठी दारे उघडण्यात आली, निर्यातीस चालना देण्यासाठी रुपयाचे मोठ्या प्रमाणात अवमूल्यन (devaluation) करण्यात आले. शेवटी १९९३ साली भारताने बाजार-आधारित (market based) विदेशी चलन दराची पद्धती स्वीकारली (ह्या पद्धतीमध्येही केंद्रीय बँकेचा विदेशी चलन बाजारात हस्तक्षेप करण्याचा अधिकार अबाधित असतो.) पुढे १९९४मध्ये रुपया चालू खात्यातील व्यवहारांसाठी (प्रामुख्याने आयात-निर्यातींशी संबंधित व्यवहार, वित्तप्रेषण, किरकोळ खर्च जसे की शिक्षण, वैद्यकीय कारणांसाठीचे किंवा परदेश प्रवासासाठीचे खर्च) परिवर्तनीय बनवण्यात आला. १९९१ सालापर्यंत चालू खात्यातील तूट भरून काढण्यासाठी उभयदेशी किंवा बहुदेशीय अर्थसाहाय्य, विदेशी व्यवसायिक कर्जे (external commercial borrowings) तसेच अनिवासी भारतीयांच्या बँकांमधील ठेवी हयातूनच भांडवल मिळत असे. १९९१ नंतर मात्र परकीय गुंतवणूक खुली केल्यामुळे भारतीय कंपन्यांच्या (तसेच बँका, वित्तीय संस्थांच्या) शेअर्स व रोख्यांमधील परकीय गुंतवणूक वाढली तसेच थेट उद्योगात येणाऱ्या परकीय गुंतवणुकीचे प्रमाणही जबरदस्त वाढले व त्यामधून चालू खात्यातील तूट भरून काढण्यासाठीचे भांडवल सहजी उपलब्ध झाले. अर्थसाहाय्यासाठी आपल्या देशाला आंतरराष्ट्रीय नाणेनिधीकडे धाव घेण्याची गरज उरली नाही.

१९९१-९२च्या उदारीकरणानंतर भारताच्या परराष्ट्रक्षेत्राची (external sector) परिस्थिती निश्चितपणे सुधारली असली तरीही आपले विदेशी चलन दराचे व्यवस्थापन आदर्श होते असे म्हणता येणार नाही. कारण १९९१-९२ ते २०१४-१५ ह्या चोवीस वर्षांत भारताची निर्यात सातत्याने निरोगी पद्धतीने वाढलेली नाही. ह्यामागचं एक महत्त्वाचं कारण म्हणजे अनेक वर्षांत आपल्या देशातील महागाई तुलनेने अधिक असतानाही आपण परकीय भांडवलाच्या ओघामुळे होणारी रुपयाची मूल्यवृद्धी रोखण्याचा प्रयत्न केला नाही.

साधारणपणे, कुठल्याही दोन देशांच्या व्याजदरातील तफावत ही त्या दोन

देशांच्या महागाईतील तफावत दर्शवत असते. आता भारताचा आंतरराष्ट्रीय व्यापारातील सर्वात मोठा भागीदार अमेरिका असून भारतीय कंपन्यांची बहुतेक सगळी परकीय चलनातील कर्जे ही अमेरिकन डॉलरमधली आहेत. १९९१-९२ ते २०१५-१६ (सप्टेंबरपर्यन्त) ह्या पंचवीस वर्षांच्या काळात फक्त सहा वर्षे अशी आहेत जेव्हा रुपयाचे विमूल्यन अमेरिका व भारताच्या व्याजदारातील तफावतीपेक्षा अधिक प्रमाणात झाले (व ही सर्व वर्षे कुठल्या न कुठल्या अरिष्टांची आहेत जसे की १९९१-९२चे आर्थिक संकट, १९९७-९८चे पूर्व आशियाई देशांवरील अरिष्ट किंवा २००७-०८चे जागतिक अरिष्टाचे वर्ष इ.) उर्वरित वर्षांत रुपया एकतर अत्यंत कमी प्रमाणात घसरला किंवा चक्क वाढला. आपली केंद्रीय बँक, आपल्या देशातील महागाई तुलनेने अधिक असतानाही रुपयाचे विशेष विमूल्यन होऊ देत नाही ह्या सुरक्षिततेच्या भावनेतून भारतीय कंपन्यांनीही मोठ्या प्रमाणात डॉलरमधून कर्जे घेतली आहेत पण त्यांचा विनिमय दर जोखमीपासून बचाव करण्याचा (hedging against foreign exchange risk) प्रयत्न केलेला नाही. आज ह्या कर्जांचे प्रमाण अव्वाच्यासव्वा वाढले असून, उद्या काही कारणांनी रुपया घसरला तर केवळ ह्या कंपन्यांचे नव्हे तर त्यांना कर्जे देणाऱ्या बँकांचेही कंबरडे मोडेल, ह्या भीतीने आज रिझर्व्ह बँकेपासून गुंतवणूकदारांपर्यंत सर्वांनाच ग्रासले आहे. भारताच्या विदेशी चलनदराच्या अव्यवस्थापनाबद्दल गेली अनेक वर्षे, अत्यंत नेटाने, श्री अ. वि. राजवाड्यांसारखे निष्णात विश्लेशक (विदेशी चलनतज्ज्ञ) लिहीत आहेत व त्यातून निर्माण होणाऱ्या जोखमींविषयीचे भान वाढवण्याचा प्रयत्न करत आहेत.

येणाऱ्या काळात, जेव्हा अमेरिकेतील व्याजाचे दर वाढण्यास सुरुवात होईल, किंवा चीनचे प्रश्न अधिक उग्र स्वरूप धारण करून जगासमोर येतील तेव्हा इतर आशियाई देशांच्या चलनांबरोबरच आपला रुपयाही मोठ्या प्रमाणात धोक्यात येऊ शकतो, हे विसरून चालणार नाही. नुकत्याच प्रसिद्ध झालेल्या रिझर्व्ह बँकेच्या मासिक पत्रिकेनुसार, महागाई कमी होऊ लागल्यानंतरही भारतीय रुपयाचे सध्याचे अधिमूल्यन १०.८ टक्के एवढे आहे. म्हणजेच येणाऱ्या महिन्यातही निर्यातीतील घट वाढत राहणार ह्यात शंका नाही. त्यात नुकतेच रिझर्व्ह बँकेने व्याजाचे दर ०.५ टक्क्यानी कमी केल्यामुळे व सरकारी रोख्यांमध्ये परकीय गुंतवणूकदारांना वाढीव हिस्सा दिल्यामुळे परकीय भांडवलाचा ओघ पुन्हा वाढू लागला आहे.

रिझर्व्ह बॅंकेने विदेशी चलन बाजारात आक्रमकतेने हस्तक्षेप करून जास्तीत जास्त डॉलर्स खरेदी करण्याची व रुपयाचे क्रमबद्ध (orderly) पद्धतीने विमूल्यन होऊ देण्याची आज खरी गरज आहे. आपल्या शेजारी राष्ट्राकडून बाकी काही नाही तरी विदेशी चलन दराचे व्यवस्थापन नक्कीच शिकण्यासारखे आहे.

११

पतधोरण आणि विषमता

सामाजिक संसक्ती (social cohesion) हे नैतिक मूल्य म्हणून स्वीकारलेल्या समाजासाठी कुठल्याही प्रकारची विषमता ही चिंतेचीच बाब असते.

मात्र राजकारणी तसेच इतर अनेक प्रचारकी लोक विषमतेचा मुद्दा पुढे करून आपला मतलब साधण्याचा प्रयत्न करताना नेहमीच आढळतात. उदाहरणार्थ, आज भारतातील उद्योजकांचा गुंतवणुकीचा उत्साह कमी होण्यामागे अनेक संरचनात्मक बाबी आहेत व नुसते व्याजाचे दर खाली आणून गुंतवणुकीला पुरेशी चालना मिळणार नाही हे माहीत असूनही रिझर्व्ह बँकेचे पतधोरण जाहीर होण्याची वेळ आली की एका मोठ्या वर्गाकडून व्याजाचे दर खाली आणण्याचा उद्घोष सुरू होतो. उच्चस्तरीय व्याजाच्या दरांमुळे भांडवल महागते, गुंतवणूक कमी होते, आर्थिक वाढीचा वेग मंदावतो व पर्यायाने विषमतेला चालना मिळते, हे तर्कशास्त्र जोरदारपणे मांडण्यात येते.

ह्या संदर्भात असा तात्त्विक प्रश्न विचारला पाहिजे की पतधोरण ज्या उद्दिष्टांसाठी राबवण्यात येते त्यात 'विषमता निर्मूलन' हे उद्दिष्ट असते का? मुळात पतधोरण आणि विषमता निर्मूलन ह्यांचा अर्थाअर्थी काही संबंध आहे का?

आपण जर रिझर्व्ह बँक ॲक्ट (१९३४)मध्ये निवेदित केलेली रिझर्व्ह बँकेची प्रमुख कार्ये पाहिली तर त्यात कुठेही पतधोरणाचा उल्लेखही आढळत नाही. पण हे मात्र स्पष्ट लिहिलेले दिसते की रिझर्व्ह बँकेने पतपुरवठा व राखीव निधी ह्यांचे असे नियमन केले पाहिजे की ज्यामुळे देशाचे आर्थिक स्थैर्य धोक्यात येणार नाही. म्हणजेच रिझर्व्ह बँकेचे पतधोरण हे आर्थिक स्थैर्याचे उद्दिष्ट गाठण्यासाठीचे एक साधन आहे हे लक्षात घेणे गरजेचे आहे. आपली रिझर्व्ह बँकच कशाला, जगातील कुठल्याही केंद्रीय बँकेचा

भर आर्थिक/ वित्तिय/ संपत्तीच्या स्थैर्यावर असतो, साधनसामग्रीच्या वाटपावर किंवा पुनर्वितरणावर (redistribution) नसतो, हेच सर्वसमान्यपणे दिसून येणारे सत्य आहे.

आता असे म्हणता येईल, की रिझर्व्ह बँकेसारखी एकूण धोरणांमधील महत्त्वाची बाजू सांभाळणारी संस्था विषमता किंवा असमानता ह्या मूल्यांकडे अर्थातच डोळेझाक करू शकत नाही. शिवाय पतधोरणाचे वितरणात्मक परिणाम असतातच की. उदाहरणार्थ, विस्तारी (expansionary) पतधोरणाचा फायदा कामगारांना मिळणाऱ्या वेतनापेक्षा जर कंपन्याना मिळणाऱ्यास नफ्याला, अधिक प्रमाणात झाला तर साहजिकच भांडवलदार अधिक गब्बर बनतील व असे पतधोरण जर दीर्घकाळ टिकले तर भांडवलासाठीची मागणी वाढेल व कामगारांसाठीची मागणी कमी होईल, रोजगारनिर्मितीला फटका बसेल व भांडवलदार-कामगार वर्गातील विषमता वाढेल. तसेच अवाच्यासव्वा वाढलेली महागाई नियंत्रणात ठेवण्यासाठी जर दीर्घकाळाकरता पतधोरण तंग (tight) ठेवण्यात आले तर लघुउद्योगांना स्वस्तात कर्जे मिळणे जवळपास अशक्य होईल व त्यांच्यातील व मोठ्या उद्योगातील दरी वाढेल.

पण इतक्या सोपेपणाने ह्या प्रश्नाकडे बघणे योग्य ठरणार नाही. इथे ही गोष्ट लक्षात घेतली पाहिजे की पतधोरणाचे एकूण वितरणावर होणारे परिणाम अनेक वाहिन्यांवर (channels) अवलंबून असतात - जसे की व्याजदर, विदेशी चलन दर, बँकांकडून उद्योगांना मिळणारी कर्जे इ. इ. तसेच ज्या देशात पतधोरण राबवण्यात येते आहे, त्या देशाच्या विकासाचा टप्पा, तेथील लोकांचे सरासरी वय, शिक्षण, रोजगाराचा दर्जा, आर्थिक संधींची उपलब्धता, ग्रामीण व शहरी भागातील आर्थिक दरी असे अनेक घटक पतधोरणाचे वितरणावर होणारे परिणाम ठरवत असतात व ह्या सर्वांचा निव्वळ परिणाम (net effect) मोजायचा झाला तर त्यासाठी खूप कष्ट घेणे आवश्यक आहे. त्यामुळे ह्याविषयी निश्चित मूल्यमापन करायचे असेल तर त्यासाठी रिझर्व्ह बँकेने अत्यंत व्यापक अशी, घरगुती क्षेत्राच्या वित्तीय साधनांची व उपभोग खर्चाची सर्वेक्षणे घेतली पाहिजेत. निरनिराळ्या राज्यांमधील उत्पन्न व संपत्तीमधील बहुजिनसीपणा (heterogeneity) अचूक समजतील अशी ही सर्वेक्षणे असली पाहिजेत. अशा प्रकारची सांख्यिकी उपलब्ध नसताना ढोबळमानाने पतधोरणाच्या निव्वळ वितरणात्मक परिणामाविषयी (net redistributive effect) बोलणे म्हणजे हवेत बाण मारण्यासारखे आहे.

आपल्याला माहित आहे की महागाईचा सर्वाधिक फटका गरिबातील गरिबाला बसतो, कारण नगदी पैसा (cash) सोडल्यास कुठल्याही प्रकारची मालमत्ता (assets) त्याच्याकडे नसते. त्यामुळे मजुरांचे, अकुशल कामगारांचे महागाईमुळे सर्वाधिक नुकसान होते. जगातील अनेक देशांसाठी, अनेक दशकांची सांख्यिकी गोळा करून

पद्धतशीरपणे केलेले अनुभवाधिष्ठित संशोधनही हेच दाखवते, की दीर्घकाळ टिकून राहिलेल्या महागाईमुळे उत्पन्नातील विषमता बळावते. त्यामुळेच पतधोरणामार्फत जर आर्थिक स्थैर्य साधायचे असेल तर त्यासाठीचा महत्त्वाचा टप्पा किंमतीमधील स्थैर्य साधणे हा असतो, हे जगभरातील सर्व केंद्रीय बँकानी आता मान्य केले आहे. १९७० व १९८०च्या दशकांत, जेव्हा अशोधीत तेलाच्या तसेच इतर वस्तूंच्या किंमती विलक्षण भडकल्या होत्या तेव्हा सर्व जगालाच प्रचंड महागाईला तोंड द्यावे लागले. कंपन्यांचे व घरगुती क्षेत्राचे बजेट कोलमडले, पैशांचे नियोजन करणे कठीण होऊन बसले. दीर्घकालीन करार करणे निव्वळ अशक्य झाले. साधनांच्या वाटपात त्रुटी निर्माण झाल्या. लोकांच्या बचतीचे मूल्य कमी झाले. ह्या कालखंडात सहन कराव्या लागलेल्या कठीण परिस्थितीमुळे व अवकळेमुळे महागाई कमीत कमी पातळीवर राखणे व किंमतींमध्ये विशेष चढउतार न येऊ देणे हे जगातील सर्व केंद्रीय बँकांनी पतधोरणाचे मुख्य ध्येय म्हणून एकमताने मान्य केले. तसेच आर्थिक स्थैर्यासाठी किंमतींमधील स्थैर्य अनिवार्य असते, ह्यावरही एकमत झाले. पुढील पंचवीस ते तीस वर्षात अनेक देशांना ह्या धोरणाचा विषमता कमी करण्यासाठी तसेच दीर्घकाळासाठी आर्थिक वाढीची गती उंचावण्यासाठी फायदाच झाल्याचे दिसून आले.

मात्र, २००८च्या जागतिक वित्तीय अरिष्टानंतर महागाई नियंत्रणाला जास्त महत्त्व द्यायचे का अल्पावधीत सोसाव्या लागणाऱ्या आर्थिक वाढीतील घटीला जास्त महत्व द्यायचे? या वादाने उचल खाल्ली. जगातील बहुतेक विकसित देशांतील (ज्यांना आर्थिक अरिष्टाचा सर्वात जास्त फटका बसला होता) महागाई त्यावेळी संपूर्णपणे आटोक्यात असल्यामुळे देशांतर्गत उद्योगांना चालना देण्यासाठी व रोजगारनिर्मितीचा वेग वाढवण्यासाठी हे देश सहजपणे आर्थिक प्रोत्साहनाकडे (monetary stimulus) वळू शकले.

भारताची परिस्थिती मात्र संपूर्णत: वेगळी होती. एकीकडे आपले उद्योग व अर्थव्यवस्था खालावत होती तर दुसरीकडे अनेक राजकीय व रचनात्मक कारणांमुळे (ज्यावर हयापूर्वीच्या लेखांत सखोलपणे चर्चा केली गेली आहे) महागाई भडकत चालली होती. बँकांच्या मुदतठेवीवरील तसेच इतर बचतीवरील व्याजांचे दर महागाईच्या तुलनेत कमीच असल्यामुळे लोकांमधील बचतीचा उत्साह ओसरू लागला होता. त्याऐवजी सोने व स्थावर मालमत्तेमधील गुंतवणूक वाढीस लागली होती. सोन्याची आयात तर वाढली होतीच पण इतर देशांच्या तुलनेत आपल्या देशातील महागाई जास्त असल्यामुळे एकूण आयातीचे प्रमाणही जबरदस्त वाढले होते. त्यामुळे चालू खात्यातील तुटीचे एकूण राष्ट्रीय उत्पन्नातील प्रमाण पाच टक्क्याच्या आसपास जाऊन ठेपले होते. साहजिकच २०१२ ते २०१४ ह्या काळात रुपया सरासरी २६-२७ टक्क्यांनी गडगडला.

ह्या संपूर्ण काळात आपल्या देशाचे राजकोशीय धोरण विस्तारी (expansionary) राहिले व रिझर्व्ह बँकेने सरकारी रोख्यांच्या खरेदी-विक्रीतून सरकारी धोरणाला पाठींबा दिला. त्यामुळे सरकारास कर्जे मिळणे सुलभ झाले. आपल्या अर्थव्यवस्थेत अल्पव्याजी पैसा सरकारासाठी तयार केला गेला व महागाईचा दर दोन आकडी असतांनाही, सुलभ पैसा धोरणामुळे किंमतवाढीच्या प्रक्रियेस जोरच मिळाला.

पुढे डॉ. रघुराम राजन ह्यांची रिझर्व्ह बँकेचे गव्हर्नर म्हणून नियुक्ती झाल्यावर त्यांनी महागाई नियंत्रणास सर्वाधिक महत्त्व दिले, केंद्रीय बँकेसाठी महागाईची निश्चितपणे टार्गेट्स ठरवली व आखून घेतलेल्या ठराविक मुदतीत तंग पतधोरणाच्यायोगे ही टार्गेट्स (आत्तापर्यंत तरी) यशस्वीपणे गाठली, हे सर्वज्ञात आहे. ह्यामुळे निश्चितपणे बचतदर सुधारला, सोन्याची आयात बऱ्याच प्रमाणात घटली व एकूणच अर्थव्यवस्थेची आर्थिक सुरक्षितता वाढली. पण हे असेच चालू रहायचे असेल तर रिझर्व्ह बँकेची स्वायत्तता व कृतीस्वातंत्र्य अबाधित राहिले पाहिजे. १९९७-९८च्या अरिष्टानंतर आशियाई देशांनी देखील पद्धतशीरपणे महागाई रोखण्यात यश मिळवले व ह्या विषयातील संशोधक त्याचे सर्व श्रेय ह्या देशांतील केंद्रीय बँकांच्या सुधारीत स्वायत्ततेस व राजकोशीय शिस्तीस देतात.

कुठल्याही देशाच्या आर्थिक स्थैर्यासाठी विषमता कमी होणे आवश्यक आहे व विषमता कमी होण्यासाठी किंमतीमधील स्थैर्य आवश्यक आहे, हे तत्व जगातील सर्व उदारमतवादी देशांनी आज मान्य केले आहे व त्यासाठी खूप मोठ्या प्रमाणात अनुभवनिष्ठ पुरावाही आहे. आता किंमतीमधील स्थैर्य गाठण्यासाठी महागाईचे टार्गेट्स ठरवायचे का दुसऱ्या कुठल्या पद्धतीने महागाई आटोक्यात ठेवायची हे इतके महत्त्वाचे नाही, जितकी केंद्रीय बँकेची स्वायत्तता व कृतीस्वातंत्र्य महत्त्वाचे आहे. कुठल्याही देशातील राज्यकर्त्यांचा भर हा त्या देशाच्या दीर्घकालीन आर्थिक स्थैर्यापेक्षा त्या देशाची अल्पमुदतीतील (थोडक्यात त्यांच्या कारकीर्दीमधील) आर्थिक वाढ, रोजगार निर्मिती ह्यावर असणे स्वाभाविक आहे, कारण त्यावर त्यांची सत्ता अवलंबून असते. व त्यामुळेच राज्यकर्त्यांपासून चार हात लांब राहून अलिप्तपणे व स्वयंभूपणे काम करणारी केंद्रीय बँक ही महागाईविरुद्ध कठोर कारवाई करण्यासाठी व त्यायोगे विषमता कमी करून देशाचे आर्थिक स्थैर्य टिकवण्यासाठी आवश्यक असते. दुर्दैवाने २००८च्या वित्तीय अरिष्टानंतर जगभरच्याच केंद्रीय बँकांच्या तटस्थतेवर थोड्याफार प्रमाणात गदा आली आहे व बहुतेक सर्व देशांना किंमतीविषयीची उद्दिष्टे गाठण्यात अपयश आले आहे.

आज भारतापुढील महत्त्वाची आव्हाने कोणती आहेत? - देशांतर्गत महागाईचा दर इतर व्यापारी भागीदार राष्ट्रांच्या तुलनेत सातत्याने कमी ठेवणे, एकूण आयातीवरील

अवलंबत्व कमी करणे, आपल्या देशातील बचतदर वाढवणे (ज्यायोगे आपल्या देशातील गुंतवणुकीसाठी आपली स्वत:ची बचत वापरता येईल व परदेशी गुंतवणुकीवरील अवलंबत्व कमी होईल) तसेच विदेशी चलन निधीचा (foreign exchange reserves) साठा सुरक्षित ठेवणे. ही सर्व उद्दिष्टे गाठण्यासाठी पतधोरणाचे तंगत्व (tightness) टिकवून ठेवणे आवश्यक आहे. हया वर्षातील कृषीक्षेत्रावरील मॉन्सूनचा घाला व सेवाक्षेत्रावरील वाढीव कर हयातून महागाईला पुनश्च चालना मिळण्याची शक्यता निर्माण झाली आहे. त्यात सातव्या वेतन आयोगाच्या तसेच वाढीव पेन्शनच्या शिफारशींची अंमलबजावणी २०१६मध्ये होऊ घातली आहे. हया पूर्वीच्या काळात अशाप्रकारच्या शिफारशींमुळे महागाई वाढल्याचा इतिहास अजून ताजाच आहे. त्यात सोन्याची आयात (सोन्याच्या किंमती कमी झाल्यामुळे) पुन्हा जोर धरू लागली आहे. बँकानी मुदत ठेवींवरील व्याजाचे दर गेल्या वर्षात १.५ टक्क्यांनी घटवल्यामुळे मुदत ठेवींची वाढही मंदावू लागली आहे. ही निश्चितपणे धोक्याची घंटा आहे.

तेव्हा रिझर्व्ह बँकेला स्वत:चे काम तटस्थपणे करू देण्यात व सरकारने स्वत:चा भर राजकोशीय शिस्तीवर तसेच संरचनात्मक सुधारणा करण्यावर ठेवण्यातच औचित्यविवेक आहे, हे पुन्हा सांगण्याची वेळ आली आहे.

१२

ओसाडछाया, भिवविती हृदया...

आपल्या देशात राबवण्यात आलेल्या धोरणांतील उणिवा व त्यातून निर्माण झालेल्या समस्या, विदेशांमधून प्रक्षेपित होणारी आर्थिक संकटे व त्यांचा आपल्या देशाच्या आर्थिक स्थैर्यावर होत असलेला परिणाम अशा अनेक बाबींचा विचार केला जातो. मात्र, हा विचार करत असताना आर्थिक प्रगती किंवा आर्थिक विकास ह्यांचा सर्वसामान्यपणे अर्थशास्त्रीय वादविवादांमधून जो मर्यादित स्वरूपात अन्वयार्थ लावण्यात येतो तसा लावला गेला असण्याची शक्यता नाकारता येत नाही. उत्तम प्रकारे होणारी आर्थिक वाढ ही सर्वप्रकारच्या सामाजिक व राजकीय प्रश्नांवरचा अंतिम तोडगा असते, असे समजणे निश्चितच सोयीचे असते. आर्थिक प्रगतीचे मूल्यमापन करताना उघडपणे दारिद्र्य, सामाजिक वर्जन (social exclusion), पर्यावरणाची हानी ह्यांच्या कसोट्या लावणे आपण अनेकदा जाणिवपूर्वक टाळतो. ही प्रवृत्ती फक्त आपल्या देशातच नव्हे तर थोड्याफार प्रमाणात सर्वच विकसनशील देशांत दिसून येते.

१९९१-९२ सालापासून सुरू झालेल्या आर्थिक सुधारणांमुळे अत्यंत झपाट्याने झालेल्या भारताच्या आर्थिक प्रगतीचे मूल्यमापन करण्यासाठी जर पर्यावरणाची हानी किंवा सामाजिक वर्जन ह्यांसारखे निकष वापरायचे ठरवले तर भल्याभल्यांची गोची होईल, हे चाणाक्ष वाचकांना (अर्थातच चिं. वि. जोशींच्या भाषेत) वेगळे सांगायची गरज नाहीच.

पॅरिसमध्ये नुकत्याच झालेल्या हवामान परिषदेचा यशस्वी मसूदा, जागतिक तापमानवाढ (global warming) दोन अंश सेल्सियसपर्यन्त रोखणे बंधनकारक करणाऱ्या महत्त्वाकांक्षी कराराचे जोरदार स्वागत इत्यादी गोष्टी पर्यावरण पतनाचा (degradation)

प्रश्न किती ऐरणीवर आला आहे हेच दाखवून देतात. नाहीतर प्रगत देशांचा पर्यावरण सुरक्षित ठेवण्यावरील भर हा विकसनशील देशांतील औद्योगीकरणाच्या प्रक्रियेला व पर्यायाने त्यांच्या प्रगतीला असणारा छुपा विरोध मानण्याची धोकादायी प्रवृत्ती प्रमाणाबाहेर बळावली होती. ह्यात कुठेही प्रगत देशांना उच्चासनावर बसवण्याचा प्रयत्न नाही. ह्या देशांची भूमिका बहुतेक वेळा स्वत:चा स्वार्थ साधण्याची असते हे सर्वज्ञात आहे, मग प्रश्न दहशतवादाचा असो किंवा पर्यावरण हानीचा. जोपर्यंत त्यांच्या अंगाला गोष्टी भिडत नाहीत तोपर्यंत त्यांची भूमिका तटस्थपणाची असते, हे अनेकवेळा दिसून आले आहे.

पण हेही लक्षात घेतलं पाहिजे की पारिस्थितीक व्यवस्थेवर (ecosystem) होणारे आघात, हवामान बदल, पाण्याचे व हवेचे आत्यंतिक प्रदूषण, समुद्राच्या पाण्याची वाढणारी पातळी ह्यांसारख्या विकास प्रक्रियेतून उद्‌भवलेल्या ज्या समस्या आहेत त्यांच्यामुळे भारतासारखे देशच अधिक संकटात येत चालले आहेत. कारण आपल्यासारख्या देशांची बदललेल्या परिस्थितीशी जुळवून घेण्याची क्षमता तर अपुरी आहेच पण आर्थिक प्रगती साधण्यासाठी आपण नैसर्गिक साधनसंपत्तीवर प्रमाणाबाहेर अवलंबून आहोत.

दुर्दैवाने भारत देश आता अशा टप्प्यावर आला आहे की पर्यावरण पतनाकडे दुर्लक्ष करणे निव्वळ अशक्य बनले आहे. येल विद्यापीठाच्या २०१४ मधील संशोधन अहवालानुसार, पर्यावरण सुरक्षित ठेवण्यात १७८ देशांमध्ये भारताचा क्रमांक अगदी खालचा, म्हणजेच १५५ वा आहे. ह्या संशोधनात, पर्यावरण हानीचा आरोग्यावर होणारा परिणाम, पाण्याची व हवेची शुद्धता, एकूण आरोग्यविषयक यंत्रणा, स्वच्छता अशा अनेक बाबींचा विचार करण्यात आला आहे. सर्व ब्रीक्स देशांमध्ये (म्हणजेच ब्राझील, रशिया, इंडिया, चायना व साऊथ आफ्रिका इत्यादींच्या तुलनेत) आपल्या देशाची पर्यावरण गुणवत्ता सर्वाधिक खालावलेली आहे. जी-२० देशामधील मोठ्या प्रमाणात प्रदूषित असलेल्या वीस शहरांपैकी तेरा शहरे आज भारतात आहेत. भारतातील दारिद्र्य हे एकाचवेळी साधनसंपत्तीच्या पतनाचे कारणही आहे व त्याचा परिणामही आहे. जमिनीचा कस कमी झाल्यामुळे कृषी क्षेत्राची उत्पादकता मंदावली आहे. उदरनिर्वाहाची साधने पुरेशा प्रमाणात नसल्यामुळे गरीबांसाठी खाणकाम किंवा जंगलतोडीसारख्या उद्योगांना पर्याय उरलेला नाही. ह्यातून साधनसंपत्तीचा अतिरिक्त वापर तर होतो आहेच पण जंगलांचा व तृणभूमींचा खूप मोठ्या प्रमाणात अवक्षयही (depletion) झाला आहे. अजूनही २१-२२ टक्के भारतीय घरकुलांना वीज उपलब्ध नाही आणि ७० टक्के घरकुलांतून अजूनही स्वैपाकासाठी जळाऊ लाकडे, डहाळ्या, प्राण्यांची लीद/शेण इंधन म्हणून वापरले जाते. ऊर्जानिर्मितीसाठी (मग ती कारखान्यातील

कामांसाठी, घरगुती वापरासाठी किंवा वाहने चालवण्यासाठी असो) मुख्यत्वे कोळसा व पेट्रोल ह्यांचे ज्वलन केले जाते, ज्यातून कार्बन डाय ऑक्साईडचे मोठ्या प्रमाणात उत्सर्जन होते. थोडक्यात काय, दारिद्र्य व पर्यावरण ऱ्हासाचे दुष्टचक्र भेदण्यात गेल्या दोन दशकांतील आर्थिक प्रगती विशेष कामी आलेली नाही, हे सत्य आहे.

असं म्हटलं जातं, की भारतासारख्या गरीब देशांवर दोन्ही बाजूंनी अन्याय होत असतो. एकीकडे पर्यावरण पतनाचे व त्यातून उद्‍भवणाऱ्या हवामान बदलाचे सर्वाधिक दुष्परिणाम ह्या देशांवर होत असतात तर दुसरीकडे करून करून भागले व देवपुजेला लागले ह्या प्रकारात मोडणारे प्रगत देश पर्यावरण सुरक्षेच्या उपाययोजनेत गरीब देशांना खेचत राहतात, ज्यामुळे गरीब देशांच्या आर्थिक प्रगतीला खीळ बसते. १९९७ सालचा क्योटो प्रोटोकॉल हा अशा प्रकारच्या दादागिरीचा भाग समजण्यात येतो. ह्या प्रोटोकॉलमध्ये अनेक देशांनी मान्य केले होते, की ते २०१५ सालापर्यंत आपआपल्या देशातील हरित वायूंचे उत्सर्जन १९९० सालच्या पातळीपेक्षा कमी करतील. हरित वायूंचे उत्सर्जन एवढ्या झपाट्याने कमी केले तर आर्थिक प्रगतीला खीळ बसेल ह्या भीतीमुळे अनेक विकसनशील देशांना ह्या कराराचे पालन करणे अवघड गेले.

मात्र पर्यावरण पतनामुळे व त्यातून उद्‍भवलेल्या हवामान बदलामुळे आज आपल्या देशावर सारखीच संकटं कोसळत आहेत. गेल्या चौदा वर्षांत आपल्या देशाला १३१ महापूराच्या प्रसंगांना, ५१ चक्रीवादळाच्या प्रसंगांना, २१ उष्णतेच्या तसेच महाथंडीच्या लाटांना व अनेक प्रकारच्या दुष्काळांना तोंड द्यावे लागले. हया वर्षीचे चेन्नईवरील, दोन वर्षांपूर्वीचे उत्तराखंडावरील व काही वर्षांपूर्वीचे मुंबईवरील अतिवृष्टीचे अरिष्ट विसरणे केवळ अशक्य आहे. चालू वर्ष देखील कृषीक्षेत्रासाठी अत्यंत बिकट आहे. लागोपाठ दोन वर्षं सलग दुष्काळ (गेल्या ११५ वर्षांत असं फक्त चारवेळा झालं आहे), फेब्रुवारी-मार्चमधील अवकाळी पाऊस व गारपीट ह्यामुळे अनेक राज्यांत पण विशेषकरून महाराष्ट्र, कर्नाटक, मध्य प्रदेश, छत्तीसगढ, ओरिसा आणि उत्तर प्रदेशमध्ये मोठ्या प्रमाणात दुष्काळी परिस्थिती निर्माण झाली आहे. अनेक ठिकाणी कोरड्या व उष्ण हवेच्या लाटांमुळे पांढऱ्या माशीचा प्रादुर्भाव होऊन पिकांचे नुकसान झाले आहे. कमी पावसामुळे पाण्याची साठवणही एकूण क्षमतेच्या फक्त ५१ टक्के एवढीच आहे. ज्या एल-निनो परिणामामुळे चालू मोसमी वाऱ्यांना अवरोध निर्माण होऊन भारतात दुष्काळ पडला आहे, तो परिणाम २०१६ पर्यन्त टिकून राहण्याचे भाकीत आहे. अनेक प्रकारच्या डाळी, तेलबिया, मका, नाचणी, कापूस ह्यांचे अपरिमित नुकसान झाले असून त्याचा निश्चितच फटका महागाईला बसणार आहे.

किनारपट्टी असलेल्या राज्यांची समुद्राच्या वाढलेल्या आम्लिकरणामुळे दुर्दशा

झाली आहे. हे औद्योगिक प्रदूषणामुळे तसेच व्यवस्थितपणे संस्करण न केलेला मानवी मैला समुद्रात सोडण्यात येत असल्याने घडते आहे. त्यामुळे समुद्रातील वनस्पती तसेच प्राणीजीवन धोक्यात आल्याचे आपण सतत वाचत असतोच.

शहरांच्या स्थितीविषयी तर काही बोलायलाच नको. कुठल्याही नियोजनाशिवाय, पद्धतशीर गुंतवणुकीशिवाय शहरे विस्तारतच चालली आहेत. शेवटी अर्थार्जनाच्या संधी शहरांतच असल्यामुळे लोकांचे लोंढेच्या लोंढे शहरांकडे येत राहिले आहेत. मॅकिंझी ग्लोबल इंस्टिट्यूटच्या भाकितानुसार २०३० सालापर्यंत दहा लाखापेक्षा अधिक लोकसंख्या असलेली किमान ६८ शहरे तरी भारतात असतील आणि ४० टक्क्यांपेक्षा अधिक लोकसंख्या ह्या शहरांत एकवटलेली असेल. हे अतिशय धडकी भरवणारे आहे, कारण वाढत्या रहदारीमुळे, पुरेशा पायाभूत सुविधांशिवाय, भूमिगत जलनि:सरणाच्या अकार्यक्षम व्यवस्थेमुळे, कचऱ्याच्या अयोग्य व्यवस्थापनामुळे, महानगरपालिकांच्या गलथान कारभारामुळे, सार्वजनिक उपयोगितांच्या (public utilities) कर्जबाजारीपणामुळे भारतातील शहरे किती बकाल बनत चालली आहेत, हे आपण जाणतोच. आता मुंबईचेच उदाहरण घेऊयात. वाढणारे प्रदूषण, फुगलेली लोकसंख्या व अपुरी जागा ह्या नेहमीच मुंबईकरता मोठ्या समस्या राहिल्या आहेत. मुंबईत वारंवार होणारे भूमीपात (landslides), उन्हाळ्यातील वर्षागणिक वाढत चाललेला उष्मा, सरकलेले ऋतू, बेभरवशाचा पावसाळा, घटत चाललेली रहिवाशी तसेच स्थलांतरीत पक्ष्यांची संख्या, दरवर्षी पावसाळ्यात कोसळणारी व पुन्हा लावण्यात येणारी अनेक झाडे, गोरेगाव-बोरिवली भागांत मानवी वस्त्यांवर होणारे बिबळ्यांचे हल्ले, २६ जुलै २००५ रोजी अनुभवास आलेली अतिरेकी पावसाची घटना ही बऱ्याच अंशी मुंबईच्या ढासळलेल्या पर्यावरण समतोलाचीच लक्षणे आहेत. पण काही मूठभर लोक सोडले तर बाकी मुंबईकरांची ह्याबाबतची भूमिका उदासीनतेची आहे. त्यामुळे स्वार्थी कार्यावली (agenda) असलेल्या अनेक अधिकृत यंत्रणांचे, बिल्डर्सचे व संस्थांचे चांगलेच फावले आहे. कधी विकासाची तर कधी झोपडपट्टीवासीयांच्या पुनर्वसनाची तर कधी शिक्षणाच्या प्रसाराची कारणे पुढे करून मोठमोठ्या बांधकाम प्रकल्पांना सर्रास परवानगी मिळविली जाते, सीआरझेडचे कायदे वाकवले जातात, वृक्ष-प्राधिकरणाकडून लांडीलबाडीने अनुमोदन मिळवले जाते. थोडक्यात पर्यावरणाचा मुद्दा सोयीस्करपणे दृष्टीआड करून आपला नजीकचा स्वार्थ साधला जातो.

अजून एक महत्त्वाची गोष्ट म्हणजे सातत्याने होणारा खारफुटीचा नाश. खरंतर खारफुटी (mangroves) किंवा पाणथळ पृष्ठभागावरील झाडे ही मुंबईच्या भूदृश्याचा (landscape) महत्त्वाचा भाग. समुद्र व जमिनीतील पारिस्थितिक समतोल (ecological balance) राखण्यासाठी खारफुटीच्या अस्तित्वाची गरज असते. ह्यांच्यामुळे

किनारपट्टीवरील अपघात टळू शकतात. दलदलीचा प्रदेश, खारफुटी, पडीक जमीन, खारावलेली जमीन (salt pan land) ह्यांच्या अस्तित्वामुळे सामुद्रिक लाटांमुळे उद्भवणारे अपघात टळू शकतात. दुर्दैवाने मुंबईमधील ह्या गोष्टी पद्धतशीरपणे नाश पावत आहेत. खारफुटी वाचवण्यासाठी जे सीआरझेड कायदे बनवले आहेत ते सर्रासपणे बांधकामाच्या प्रकल्पांसाठी धाब्यावर बसवण्यात येतात. बांधकामांची सोय बघण्यासाठी १९९१ सालापासून आजपर्यंत हे कायदे सुमारे १०-११ वेळा बदलण्यात आले आहेत, ह्यातच सर्व काही आलं. मुंबईतल्या झाडांचे प्रगणन (census) दर पाच वर्षांनी झाले पाहिजे, असा नियम असूनही तो पाळला जात नाही.

मुंबईमधील समुद्र हटवून पुन:प्रापणातून (reclamation) निर्माण केलेली बांधकामे, अडविली गेलेली मीठी नदी, माहीमच्या खाडीचे अरुंदीकरण हयांमुळे खारफुटींना आपले काम बजावता येत नाही. अशुद्ध द्रव्ये, रसायने, मानवी मैला किनाऱ्याजवळ साचून पारिस्थितीक व्यवस्था (ecological system) पार खलास झाली आहे. त्यामुळेच प्रत्येक पावसाळ्यात मोठ्या प्रमाणात पाणी तुंबून लोकांची अडचण होते. ज्या नियमित (normal) रहिवाश्यांसाठी किंवा गरीब झोपडपट्टीवासीयांसाठी प्रकल्प राबवल्याचे सांगण्यात येतं, त्यांचेच हाल वाढत चालले आहेत. तसे थोड्याफार प्रमाणात कचरा विभक्तीकरणाचे, वर्मीकल्चरचे, पाउसपाण्याच्या संधारणाचे प्रयत्न सुरू झाले आहेत, काही पर्यावरणवादी स्वत:च्या खिशाला तोशीस देऊन आवाज उठवण्याचा प्रयत्नही करत आहेत. पण एकूण समस्येच्या तुलनेत हे पुरेसे नाही. ह्या संदर्भात, सर्व सुशिक्षित मुंबईकरांनी ओवी काळे ह्यांच्या मुंबईतील पर्यावरण समस्येवरील शोधनिबंधाचा अभ्यास करणे अतिशय गरजेचे आहे. मुंबईकरता एक सक्षम हिरवी चळवळ उभी करण्याचे सामर्थ्य असलेले हे संशोधन आहे, असे आवर्जून सांगावेसे वाटते.

आता पुन्हा भारताकडे वळुयात. जागतिक बँकेच्या २०१४ मधील अहवालानुसार पर्यावरण पतनामुळे झालेले भारताचे नुकसान एकूण राष्ट्रीय उत्पन्नाच्या ६ टक्के एवढे मोठे आहे. पर्यावरण हानीच्या प्रक्रियेस अवरोध करायचा असेल तर भारताला ऊर्जा-निर्मितीच्या तंत्रज्ञानात खूप मोठे बदल घडवून आणावे लागतील, कारण एकूण लोकसंख्या लक्षात घेता भारताची ऊर्जेसाठीची गरज खूप मोठी आहे. त्यासाठी अपारंपरिक ऊर्जास्त्रोताच्या निर्मितीवर म्हणजेच ज्यात खनिज संपत्तीचा वापर केला जात नाही अशा स्त्रोताच्या निर्मितीवर जसे की, जलविद्युत, पवनचक्क्या, सौरऊर्जेचा विविध प्रकारे वापर, बायोगॅस निर्मिती, शेतीमालाचे वायूकरण (Gasification), भरती ओहोटीपासून जलविद्युत ह्यावर मोठ्या प्रमाणात भर दिला पाहिजे. आजमितीला ह्या प्रक्रियांवर होणारा खर्च खूप मोठा आहे व तो कमी कसा करता येईल ह्यावर

संशोधनाचा भर असला पाहिजे. दळणवळणाच्या साधनातील व इंधनाच्या वापरातील कार्यक्षमता वाढवणे, सार्वजनिक परिवहनावर भर देणे, कार्बन डायऑक्साईड वायू कमी करण्यासाठी झाडं वाढवणे, जंगलाखालची भूमी वाढवणे, कार्बन डायऑक्साईड निर्माण होताच तो पकडून सागरात सोडायची सोय करणे किंवा त्याचे दुसऱ्या एखाद्या अविघटनशील संयुगात रूपांतर करणे हे सर्व युद्ध पातळीवर करण्याची गरज आहे. शहरातील सकेंद्रण (concentration) तर कमी झालं पाहिजेच पण नव्याने येऊ घातलेली स्मार्ट सिटीची संकल्पना पर्यावरणाच्या निकषावर आधारित असली पाहिजे.

ह्यासाठी अल्पकालीन राजकीय महत्त्वाकांक्षेच्या पुढे जाऊन कठोर अशा आर्थिक, कायदेशीर व सामाजिक उपाययोजना केल्या गेल्या पाहिजेत. ह्या प्रक्रियेत उत्सर्जनावर कर, अनेक प्रकारचे निर्बंध, कार्बन क्रेडिट असे सर्व प्रकार येतील. सुरुवातीच्या काळात खर्चाचे प्रमाण जरी अधिक वाटले तरीही किनारपट्टी, कृषिक्षेत्र, जलसंपत्ती इत्यादींना सुरक्षित ठेवण्याची लवचीक उपाययोजना करण्यात जर आपण यशस्वी झालो तर गुंतवणुकीवरील परतावा झपाट्याने वाढू लागेल. मात्र हे घडवून आणण्यासाठी बरीच वर्षे घालवावी लागतील. पण आता निवडीचे स्वातंत्र्य तरी कुठे राहिले आहे? झपाट्याने वाढणाऱ्या ओसाडवाड्यांनी दिलेले संकेत जर आपण ध्यानात घेतले नाहीत तर आपली स्वार्थी जनुकेदेखील (selfish genes) आपल्याला माफ करणार नाहीत.

१३

भारताच्या आर्थिक महासत्ता बनण्याच्या स्वप्नास पडलेले तडे

कुठलाही देश आर्थिक महासत्ता बनण्यासाठी सामान्यपणे तीन गोष्टींची आवश्यकता असते.

सर्वप्रथम महत्वाचे म्हणजे राष्ट्रीय उत्पन्न, लोकसंख्या व आर्थिक वाढ ह्या तीनही प्राचलांमध्ये (Parameters) हा देश पुरेसा मोठा असला पाहिजे, जेणेकरून ह्या देशाचा जागतिक अर्थव्यवस्थेवर प्रभाव पडू शकेल.

दुसरे म्हणजे, ह्या देशाची आर्थिक वाढ सातत्याने होत राहिली पाहिजे, ज्यामुळे जागतिक अर्थव्यवस्थेचे ह्या देशावरील अवलंबित्व सतत वाढत राहील.

तिसरे म्हणजे, आंतरराष्ट्रीय व्यापार व भांडवली गुंतवणूक ह्या बाबतींत ह्या देशाचे धोरण खुले असले पाहिजे. तसे ते नसेल तर जगातील इतर देशांवर ह्या देशातील आर्थिक घडामोडींचा विशेष आर्थिक प्रभाव पडू शकणार नाही.

ह्या तीन महत्त्वाच्या निकषांच्या आधारे आजच्या काळात 'आर्थिक महासत्ते'चे स्थान अमेरिका, युरोपीय संघराज्य व चीन ह्या तिघांनी प्राप्त केले आहे, असे म्हणता येईल.

अमेरिका हा देश राष्ट्रीय उत्पन्नात तर मोठा आहेच, पण अमेरिकन चलनाला-डॉलरला जागतिक राखीव चलनाचे स्थान आहे. ह्याचा अर्थ जगातील बहुतेक साऱ्या देशांची सरकारे व संस्था आपल्या विदेशी चलननिधीत मोठ्या प्रमाणात अमेरिकी डॉलरचा साठा बाळगतात. सर्वांत प्राचीन व दुसऱ्या क्रमांकाची (भारताच्या खालोखाल)

लोकशाही असणे हाही अमेरिकेसाठी फायद्याचा मुद्दा असून, अमेरिकेत येणारी व अमेरिकेतून इतर देशात होणारी भांडवली गुंतवणूकही जगात सर्वाधिक आहे. युरोपीय देशांच्या एकत्रीकरणानंतर (१९९९) ह्या संघराज्याचा जगावरील प्रभाव मोठ्या प्रमाणात वाढला. इतर देशांबरोबर होणाऱ्या व्यापार व गुंतवणुकीच्या संदर्भात हे संघराज्य महत्त्वाचे आहेच, पण त्याचे सामाईक चलन 'युरो' हेदेखील अमेरिकी डॉलरला चांगलीच टक्कर देत आले आहे.

चीन हा तिसरा देश, उपरिनिर्दिष्ट महासत्तांच्या तुलनेत जरी लहान असला तरीही ज्या झपाट्याने व सातत्याने ह्या देशाची वाढ होते आहे व ज्या गतीने ह्या देशावरील जगाचे अवलंबित्व वाढत आहे, ते लक्षात घेतले तर चीनचा दिवसेंदिवस वाढणारा प्रभाव आपण नाकारू शकत नाही. आजमितीला जगातील इतर देशांच्या तुलनेत चीनने कमावलेला विदेशी चलननिधी (Foreign Exchange Reserves) सर्वांत मोठा असून अमेरिकेच्या सरकारी कर्जरोख्यांमध्येही चीनची सर्वाधिक गुंतवणूक आहे.

१९८०च्या दशकात जपान ह्या देशाला आर्थिक महासत्तेचे महत्त्व होते. वीस वर्षांपूर्वी तर जवळपास सर्वांनाच अशी अपेक्षा होती की, आर्थिक सामर्थ्यात जपान अमेरिकेच्याही पुढे जाणार! जपानचे राष्ट्रीय उत्पन्न, एकूण लोकसंख्या (व लोकांची गुणवत्ताही.) तसेच झपाट्याने होणारी आर्थिक वाढ ही ह्या अपेक्षेमागची प्रमुख कारणे होती. परंतु १९९१ ते २०११ ह्या दोन दशकांत जपानी अर्थव्यवस्थेचा सातत्याने ऱ्हास होत राहिला. जमिनींच्या व समभागांच्या कृत्रिमपणे वाढलेल्या किमती एकदम कोसळणे, बँकांची दिवाळखोरी, कंपन्यांची कर्जबाजारी स्थिती, झपाट्याने खालावलेला गुंतवणुकीचा दर अशा अनेक समस्यांनी जपानी अर्थव्यवस्था पीडित राहिली. ह्या दोन दशकांचे वर्णन जपानी अर्थव्यवस्थेसाठी 'गमावलेली दशके' असेच करण्यात येते. धोरणकर्त्यांनी ठेवलेले शून्याच्या आसपासचे व्याजाचे दर, सततचे सरकारी प्रोत्साहन व वाढीव चलन यातून कशीबशी ही अर्थव्यवस्था तग धरून राहिली आहे. ह्या आर्थिक समस्यांवर रचनात्मक तोडगा काढण्यासाठी झुंजणाऱ्या जपानी धोरणकर्त्यांना आता मात्र भेडसावू लागली आहे ती 'वार्धक्या'ची समस्या. आज जपानमधील अर्ध्यापेक्षा अधिक लोकांचे सरासरी वय हे ४५ वर्षांहून जास्त आहे आणि येणाऱ्या काळात ते वाढतच जाणार आहे. २०५० सालापर्यंत जपानी लोकसंख्या पंचवीस टक्क्यांनी घटण्याचे भाकीत आहे.

'इकॉनॉमिस्ट' ह्या लंडनमधून प्रसिद्ध होणाऱ्या पाक्षिकानुसार जपानमधील लोकसंख्येचा हा अंतःस्फोट असाच चालू राहिला तर 'गमावलेल्या दशकांच्या' समस्येतून हा देश बाहेर पडणे कठीण होणार आहे. थोडक्यात सांगायचे तर, आर्थिक

महासत्ता बनण्याच्या शर्यतीतून जपान हा देश हटत चालला आहे.

भारताचा गेल्या दोन दशकातील प्रवास लक्षात घेऊन भारत आर्थिक महासत्ता बनू शकतो अशी अपेक्षा अनेकांच्या मनात निर्माण झाली होती. गोल्डमन सॅक्स नावाच्या प्रसिद्ध जागतिक गुंतवणूक संस्थेतील जीम ओ नील ह्या अर्थतज्ज्ञाने २००१ साली असे भाकीत केले होते की ब्राझील, रशिया, भारत व चीन (BRIC) हे देश २०२७ सालापर्यंत आर्थिकदृष्ट्या समर्थ अशा अमेरिका, कॅनडा, इंग्लंड, फ्रान्स, जर्मनी, इटली व जपान ह्या सात प्रगत देशांच्याही पुढे जातील.

हे खरे आहे, की आर्थिक उदारीकरणाचे धोरण स्वीकारल्यानंतर, उद्योग-व्यापार-गुंतवणूक ह्यांवरील निर्बंध शिथिल केल्यानंतर व एकूणच अर्थव्यवस्थेमधील वातावरण अधिक स्पर्धात्मक बनवल्यानंतर, भारताच्या आर्थिक वाढीचा वेग झपाट्याने वाढत गेला.

जसे की, १९६०-६१ ते १९६९-७०च्या दशकात भारताच्या आर्थिक वाढीचा सरासरी दर प्रतिवर्ष चार टक्के होता व त्याच्या पुढील दशकात (१९७०-७१ ते १९७९-८०) तर तो घसरून तीन टक्क्यावर आला होता. नंतरच्या दशकात थोड्याफार प्रमाणात आर्थिक सुधारणा राबवल्या गेल्यामुळे १९८०-८१ ते १९८९-९० ह्या कालखंडात सरासरी आर्थिक वाढीचा दर प्रतिवर्ष ५.६ टक्के एवढा राहिला व साधारण तेवढ्याच वेगाने भारतीय अर्थव्यवस्था १९९०-९१ ते १९९९- २००० ह्या दशकातही वाढली. परंतु २००० ते २०१० ह्या कालावधीत आर्थिक वाढीचा सरासरी दर चांगलाच उंचावला व ७.७ टक्के प्रतिवर्ष एवढा झाला. २००४ ते २००८ ह्या पाच वर्षांत तर भारतीय अर्थव्यवस्था सरासरी नऊ टक्के प्रतिवर्ष एवढ्या जबरदस्त वेगाने विस्तारित झाली. २००० ते २०१० ह्या दशकात भारताच्या आर्थिक वाढीचा (सरासरी) दर चीनच्या तुलनेत कमी असला तरी आधीच्या दशकातील आर्थिक वाढीच्या सरासरी दरापेक्षा तसेच इतर विकसनशील देशांच्या आर्थिक वाढीच्या दरापेक्षा तुलनेने अधिक होता. १९९० ते २०११ ह्या दोन दशकांच्या कालखंडात भारतीय अर्थव्यवस्थेत अनेक संरचनात्मक बदलही घडून आले. कृषिक्षेत्राचा राष्ट्रीय उत्पन्नामधील हिस्सा २८.४ टक्क्यांवरून १५.० टक्क्यांवर घसरला तर सेवाक्षेत्राचा (बांधकाम क्षेत्रासकट) हिस्सा ५२ टक्के पासून ६५ टक्क्यांपर्यंत वाढला. ह्या दोन दशकात उद्योगांमधील गुंतवणुकीच्या वाढीचा दरही दुपटीने वाढला. भारतीय अर्थव्यवस्थेचे जगातील इतर देशाबरोबरचे संबधही अधिक खुले झाले. उपरिनिर्दिष्ट कालावधीत भारतीय आयात व निर्यातीचे राष्ट्रीय उत्पन्नामधील एकत्रित प्रमाण २३ टक्क्यांवरून ५० टक्के एवढे वाढले व आंतरराष्ट्रीय व्यापाराबरोबरीने आंतरराष्ट्रीय गुंतवणूक लक्षात घेतली तर हे प्रमाण ४२ टक्क्यांपासून १०७ टक्के एवढे वाढले. भारतीय अर्थव्यवस्था जसजशी अधिक खुली

होत गेली तसतशी ह्या अर्थव्यवस्थेसाठी जागतिक व्यापारामधून उद्‌भवणाऱ्या जोखमीही वाढत गेल्या. बाह्य जगातून प्रक्षेपित होणाऱ्या जोखमी जरी वाढल्या तरीही २०११ सालापर्यंत अंतर्गत अर्थव्यवस्थेचे आरोग्यही बऱ्यापैकी सुधारले. २००७-२००८ चे जागतिक अरिष्ट सुरू होण्यापूर्वी अनेक आघाड्यांवर (जसे की, बचत व गुंतवणुकीचे दर, परकीय कर्जांचा बोजा, वित्तीय मजबुतीकरण, महागाईचे नियमन इत्यादी) भारताची प्रगती समाधानकारक मानली गेली. दोन दशकातील ह्या भरीव कामगिरीमुळे, 'भारताकडे आर्थिक महासत्ता बनण्याचे सामर्थ्य नक्कीच आहे.' असे अनेक तज्ज्ञांना वाटले व ही अपेक्षा सर्वस्वी अवाजवी नव्हती!

बहुतेक तज्ज्ञ भारताकडे असलेले 'आर्थिक महासत्ता' बनण्याचे सुप्त गुण भारताच्या तुलनेने तरुण असलेल्या लोकसंख्येशी जोडतात. आज जगातील प्रगत देशांच्या तुलनेत भारताच्या एकूण लोकसंख्येतील तरुणांचे प्रमाण कितीतरी अधिक आहे. तज्ज्ञांच्या मते, २००८ ते २०२६ ह्या अठरा वर्षांत भारतामधील श्रमिकांची संख्या ७७.५ कोटींपासून ९५ कोटी एवढी वाढणार आहे. तसेच २०२० साली भारतामधील लोकांचे सरासरी वय फक्त २९ वर्षे एवढे असणार आहे. ह्याउलट चीन व अमेरिकेसाठी हे सरासरी वय ३७ वर्षे, पश्चिम युरोपीय देशांसाठी ४५ वर्षे, तर जपानसाठी ४८ वर्षे असणार आहे. म्हणजेच अजून आठ वर्षांनंतर जगातील इतर देशांमधील बहुतेक श्रमिक हे त्यांच्या कष्टकरी आयुष्याचा सर्वाधिक महत्त्वाचा टप्पा ओलांडून निवृत्तीकडे झुकलेले असणार व आपापल्या देशांतील तरुणांवर बोजा बनून राहणार. ह्याउलट, अजून आठ वर्षांनंतर भारतातील श्रमिक मात्र उत्पादनक्षमतेच्या व अर्थार्जनाच्या सर्वोच्च टप्प्यावर असणार व त्यांच्यावर अवलंबित लोकांचे प्रमाण तुलनेने बरेच कमी असणार. थोडक्यात काय, तर इतर प्रगत देशांच्या तुलनेत आर्थिक वाढीसाठी आवश्यक असलेल्या भांडवलाची तरतूद करण्याचे सामर्थ्य भारतात अधिक प्रमाणात असणार आहे.

पण प्रश्न हा आहे, की ही कारणे भारताला आर्थिक महासत्ता बनवण्यासाठी पुरेशी आहेत का? आर्थिक महासत्ता बनलेले जगातील इतर देश ज्या मार्गाने गेले, त्या मार्गाने आपण जात आहोत का? १९९१ ते २०११ ह्या दोन दशकात साधलेली प्रगती टिकवण्यासाठी ज्या ठोस उपाययोजनांची गरज आहे, त्या उपाययोजना आपल्या देशात सातत्याने राबवल्या जात आहेत का? दुर्दैवाने गेल्या दीड-दोन वर्षांतील सातत्याने ढासळणारी भारताची आर्थिक स्थिती लक्षात घेतली तर ह्या बाबतचा विश्वास झपाट्याने कमी होत गेलेला आढळतो. ज्या जीम ओ नीलने २००१ साली 'भारत देश आर्थिक महासत्ता बनू शकतो' असे भाकीत केले होते, त्याच्या अलीकडच्या मूल्यमापनानुसार ब्राझील, रशिया, भारत व चीन ह्या चार देशांमध्ये भारताची आर्थिक परिस्थिती

सगळ्यात जास्त बिकट असून भारत आर्थिक महासत्ता बनण्याच्या मार्गापासून झपाट्याने दूर होत चालला आहे.

गेल्या दीड-दोन वर्षांतील भारताची आर्थिक परिस्थिती काय दर्शवते? औद्योगिक क्षेत्रातील मंदी, खालावलेली गुंतवणूक, हाताबाहेर गेलेली महागाई, सतत उघडकीला येणारी महाघोटाळ्यांची, भ्रष्टाचारांची प्रकरणे, वाढती बेरोजगारी, सार्वजनिक तसेच पायाभूत सुविधांचा वाढत चाललेला तुटवडा व आर्थिक सुधारणांसाठी आवश्यक असलेल्या (पुरेशा) राजकीय पाठिंब्याचा अभाव अशा अनेक समस्यांमुळे भारताच्या आर्थिक वाढीची गती मंदावत चालली आहे. भारताची आर्थिक वाढ ८.४ टक्क्यांवरून (२०१०-११) ५.५ टक्क्यांवर (पहिली तिमाही, २०१२-१३) घसरली आहे, तसेच २०११च्या सुरुवातीपासून आत्तापर्यंत भारतीय रुपयाचा २४ टक्क्यांहून अधिक प्रमाणात मूल्यऱ्हास झाला आहे. शेअरबाजारही ह्या कालावधीत १५ ते २० टक्क्यांनी घसरले आहेत. आंतरराष्ट्रीय गुंतवणूकदार शेअरबाजारातून तसेच बहुराष्ट्रीय कंपन्या उद्योगांमधून केलेली गुंतवणूक मागे घेत आहेत. थोडक्यात काय, भारतीय अर्थव्यवस्थेला एक प्रकारची कळा येत चालली आहे. २००७-०८ सालच्या जागतिक वित्तीय अरिष्टाला तोंड द्यायला भारताकडे पुरेशी साधनसामग्री तरी होती. (आधीच्या दोन दशकात कमावलेल्या पुण्याईमुळे.) परंतु आज अतिरिक्त प्रमाणात वाढलेल्या राजकोशीय तुटीमुळे तसेच परराष्ट्रीय देण्याघेण्यातील तुटीमुळे भारतीय धोरणकर्त्यांकडे अर्थव्यवस्थेला चालना देण्यासाठी पुरेशी साधनेही उपलब्ध नाहीत. अनेक तज्ज्ञांच्या मते एक प्रकारच्या अरिष्टाकडेच भारत देश हळूहळू सरकत आहे. आता तर काही धुरंधरांच्या मते, 'ब्राझील, रशिया, भारत व चीन' ह्या आर्थिक महासत्ता बनण्याचे सामर्थ्य असलेल्या समूहातून भारताला वगळले पाहिजे व ह्या समूहात इंडोनेशिया ह्या देशाचा समावेश झाला पाहिजे. कारण, तुलनेने लहान असला तरीही इंडोनेशिया हा देश आर्थिक वाढीतील सातत्य, ग्राहकवर्गाची सक्षमता, महागाईचे नियमन, वित्तीय मजबुतीकरण, उत्पादनक्षमतेमधील सुधारणा, गुंतवणूकदारांचे फायदे इत्यादी सर्व महत्त्वाच्या आघाड्यांवर भारतापेक्षा सरस ठरत चालला आहे.

आजमितीला भारतापुढे असलेल्या आर्थिक समस्या थोडक्या काळात निपटता येण्यासारख्या नाहीत. भारतापुढची आव्हाने प्रामुख्याने रचनात्मक स्वरूपाची आहेत. जगातील जे जे देश आर्थिकदृष्ट्या समर्थ बनू शकले त्यांच्या अनुभवाकडे पाहिले असता हे दिसून येते की तीन बाबींकडे त्यांनी विशेष लक्ष पुरवले, सर्वप्रथम म्हणजे पायाभूत सुविधांच्या (जसे की वीजनिर्मिती, दळणवळणाची साधने, पाणीपुरवठा, शहरीकरणाच्या गरजा इत्यादी) उपलब्धतेकडे त्यांनी काटेकोरपणे लक्ष पुरवले व अर्थव्यवस्थेची 'पुरवठ्याची' बाजू भक्कम केली. दुसरं म्हणजे शिक्षण व आरोग्यक्षेत्रात

सातत्याने गुंतवणूक करून व्यापक सुधारणा घडवून आणल्या. तिसरी महत्त्वाची गोष्ट म्हणजे आर्थिक प्रगतीचा/विकासाचा प्रवास सर्वसमावेशक राहिल, वितरणामध्ये विशेष प्रमाणात विषमता राहणार नाही, ह्या बाबींवर त्यांनी भर दिला.

आर्थिकदृष्ट्या यशस्वी अशा आशियाई देशांकडे जर पाहिले, म्हणजेच जपान, दक्षिण कोरिया, तैवान किंवा चीन, तर हेच दिसून येते, की चीनचा एक अपवाद सोडला तर वितरणातील विषमता ह्या यशस्वी देशांमध्ये दिसून येत नाही. परंतु हे साधण्यासाठी निष्ठावान व स्वच्छ शासनाची, व्यावसायिक तत्त्वांवर काम करणाऱ्या शासकीय संस्थांची तसेच नेतृत्वाची गरज असते. दुर्दैवाने ह्या सर्वांचाच आज आपल्या देशात तुटवडा आहे!

पायाभूत सुविधांसाठी खाजगी क्षेत्रावर मोठ्या प्रमाणात अवलंबून राहता येत नाही, हा जगातील सर्व प्रगत देशांचा अनुभव आहे. ह्या प्रकल्पांसाठी आवश्यक असलेली मोठ्या प्रमाणातील गुंतवणूक, ह्यात अंतर्भूत असलेल्या जोखमा, फायदे मिळण्यासाठी करावी लागणारी दीर्घ प्रतीक्षा हे खाजगी क्षेत्राच्या आवाक्याबाहेरचे आहे. आज वीजनिर्मिती, बंदरे, विमानतळ, महारस्ते इत्यादी सर्व क्षेत्रांमध्ये तुटवड्याचा प्रश्न उग्र बनत चालला आहे. भारतातील अनेक कारखान्यांचे उत्पादन विजेच्या तुटवड्यामुळे आटत चालले आहे. पायाभूत सुविधांच्या अभावामुळे उद्योगक्षेत्रातील अनेक प्रकल्प रखडले आहेत.

सरकारी सांख्यिकीनुसार, आजमितीला पायाभूत क्षेत्रातील रखडलेल्या महाप्रकल्पांवरील खर्च मूळ खर्चापेक्षा रु. ५२,४४६ कोटींनी वाढला आहे. टक्केवारीत सांगायचे तर महाप्रकल्पांतील विलंबामुळे त्यांच्यावरील खर्च ४० टक्क्यांनी वाढला आहे. ह्या रखडलेल्या महाप्रकल्पांत २८ वीजप्रकल्पांचा, ३६ रेल्वेप्रकल्पांचा व ८४ महारस्त्यांशी संबंधित प्रकल्पांचा समावेश आहे. चालू वित्तवर्षातील पहिल्या तिमाहीत भारतीय उद्योगांचे उत्पादन सातत्याने घटले आहे. आज भारतीय उद्योगांपुढे जमिनीची उपलब्धता, श्रमिकवर्गासंबंधातील सुधारणा, अपुरी वीज अशी अनेक संकटे आहेत; परंतु भारतीय शासन व राज्यकर्ते ह्या बाबतीत कुठलीही ठोस उपाययोजना करताना दिसत नाहीत. उलट इंधन, वीज, पाणीपुरवठा अशा अत्यावश्यक वस्तू व सेवांच्या किंमती कृत्रिमपणे कमी ठेवण्याकडेच राजकारण्यांचा कल राहिल्याने ह्या क्षेत्रातील गुंतवणूकही वाढत नाही व पुरवठा कमी होत चालला आहे. जेव्हा भारताचे राष्ट्रीय उत्पन्न प्रतिवर्ष ८ टक्के ते ९ टक्के दराने वाढत होते, त्या वेळी त्याच्या फक्त निम्म्या वेगाने आपल्या देशात वीजनिर्मिती होत होती. राष्ट्रीय तसेच राज्य पातळीवरील महामार्गांचे जाळे दिवसेंदिवस वाढणाऱ्या मागणीच्या तुलनेत फारच अपुरे आहे. राज्य पातळीवरील महामार्गांपैकी फक्त ३० टक्के एवढे रस्ते दुपदरी आहेत, तर ५० टक्के

महामार्ग वाईट स्थितीत आहेत. शहरांमधील अपुऱ्या सुविधांमुळे आर्थिक वाढीच्या केंद्रांचा प्रसार होण्याची प्रक्रिया स्थगित झाली आहे.

भारतामध्ये तरुणांचे प्रमाण जरी अधिक असले तरीही उद्योग व सेवांसाठी लागणाऱ्या शिक्षित, कुशल वा निपुण तरुणांचा अभाव आहे. जागतिक बँकेच्या अहवालानुसार भारताच्या कामगार वर्गातील (Labour Force) ४४ टक्के लोक निरक्षर असून फक्त १७ टक्के लोकांना माध्यमिक शालान्त शिक्षणाचा लाभ मिळाला आहे. उच्चशिक्षणासाठी दाखल होणाऱ्या लोकांचे एकूण कामगारवर्गातील प्रमाण केवळ ११ टक्के आहे. ज्या चीनबरोबर भारताची तुलना करण्याचा प्रयत्न होत असतो, त्या चीनच्या कामगारवर्गातील जवळपास सर्वांनीच माध्यमिक शालान्त शिक्षण घेतलेले असून, २० टक्क्यांहून अधिक लोक उच्चशिक्षित आहेत. आंतरराष्ट्रीय संस्थांच्या मूल्यमापनानुसार भारतामधील पदवीपर्यंत शिक्षण घेतलेल्या लोकांची गुणवत्ता बहुतांशी असमाधानकारक असते व भारतीय उद्योगात प्रशिक्षणाच्या सुविधाही विशेष नसतात. उपलब्ध सांख्यिकीनुसार भारतातील एकूण उद्योगांपैकी फक्त १६ टक्के उद्योग आपल्या कर्मचाऱ्यांना प्रशिक्षण देतात, तर चीनमध्ये ९० टक्क्यांपेक्षा अधिक उद्योगांमध्ये प्रशिक्षण दिले जाते. दुर्दैवाने, भारतातील एकूण कामगारवर्गापैकी ९० टक्के लोक आज अनौपचारिक क्षेत्रात काम करत आहेत, जिथे प्रशिक्षण तर सोडाच पण कर्मचाऱ्यांच्या अत्यावश्यक गरजाही भागवल्या जात नाहीत. भारतीय सरकारही शिक्षणक्षेत्रातील गुंतवणुकीबाबत संपूर्णपणे उदासीन असल्याचे आढळून येते. चाळीस वर्षांपूर्वीदेखील शिक्षणक्षेत्रातील गुंतवणुकीचे राष्ट्रीय उत्पन्नातील प्रमाण ६ टक्के एवढे असले पाहिजे, असा मापदंड घालून दिला होता. पण तरीही आजच्या काळात हे गुणोत्तर ३.७ टक्के एवढे घटले आहे. इतर आशियाई देशांच्या तुलनेत हे प्रमाण खूपच कमी असून शैक्षणिक गुणवत्तेत भारत आपल्या प्रतिस्पर्धी देशांच्या मागे पडत चालला आहे.

भारताची ६० टक्के लोकसंख्या ज्या क्षेत्रावर अवलंबून आहे, त्या कृषिक्षेत्राची मंदावलेली उत्पादनक्षमता ही भारतीय अर्थव्यवस्थेची अजून एक कमजोरी आहे. ह्या क्षेत्रात रस्ते, वीज, पाटबंधारे, जलसिंचन आदी महत्त्वाच्या पायाभूत सुविधांचा तुटवडा तर आहेच, पण अतिरिक्त निर्बंध, अनियंत्रित अर्थसाहाय्य, कृत्रिम किमती, शासकीय भ्रष्टाचार, जमिनीचे सतत होणारे विभाजन व अपुरी गुंतवणूक ह्यांमुळे ह्या क्षेत्राची उत्पादनक्षमता खालावत चालली आहे. मागणी व पुरवठा यातील वाढत जाणाऱ्या दरीमुळे अन्नधान्य सातत्याने महागत चालले आहे आणि एकूण देशाचीच स्पर्धात्मकता धोक्यात आली आहे.

भारत आर्थिक महासत्ता बनण्याच्या प्रक्रियेतील इतर ज्या अडचणी आहेत त्या

पर्यावरणाच्या संदर्भातील आहेत. नैसर्गिक साधनसंपत्तीचा सातत्याने होणारा ऱ्हास, हवामान बदल, पाणीपुरवठा १२ टक्क्यांनी कमी होण्याची शक्यता, ऊर्जेचा अतिरिक्त व अकार्यक्षम वापर ह्या या संदर्भातील काही महत्त्वाच्या बाबी आहेत. भारताला जर आर्थिकदृष्ट्या समर्थ व्हायचे असेल (व ही समर्थता टिकवायची असेल) तर हवामानबदलांशी तसेच पाणीटंचाईशी जुळवून घेणे, उपलब्ध पाणी वा ऊर्जेच्या वापराची कार्यक्षमता वाढवणे, ऊर्जेच्या नवनव्या प्रकारांचे शोध लावणे, शहरीकरणाच्या वेगाशी सुसंगत अशा पायाभूत सुविधा तसेच कायद्यांची योग्य ती चौकट उभारणे व वातावरण तसेच नैसर्गिक संपत्तीच्या ऱ्हासाला आळा घालणे इत्यादी दिशांनी ठोस पावले उचलणे आवश्यक आहे. परंतु प्रत्यक्षात परिस्थिती अशी आहे की, अनेक महत्त्वाच्या मुद्द्यांवर संसदेमध्ये विधिविधान (legislation) मांडले जाते, पण तज्ज्ञांनी सुचवलेले बदल कागदोपत्रीच राहतात; त्यांचे नियमांत अथवा कायद्यांत रूपांतर होतच नाही. जगातील आर्थिकदृष्ट्या समर्थ बनलेल्या देशांचा अनुभव लक्षात घेतला तर अशी परिस्थिती आढळून येत नाही, की सरकारने चर्चेसाठी विधेयक तर मांडले आहे, पण तर्कसंगतपणे त्याचा शेवट गाठलेला नाही.

लोकांसाठीच्या अत्यावश्यक सेवांच्या बटवड्यातही भारत देश मागे पडत चालला आहे. केवळ चीनच्याच नव्हे तर इतर दक्षिण आशियाई देशांच्यासुद्धा. ज्या दोन दशकांत (१९९० ते २०१०) भारताची आर्थिक वाढ निरोगी पद्धतीने झाली, त्या काळातही अत्यावश्यक जनसेवांच्या पुरवठ्यात भारतातील परिस्थिती दारुणच राहिली. प्रसिद्ध अर्थतज्ज्ञ अमर्त्य सेन व जीन ड्रेझे ह्यांच्या अलीकडच्या काळातील संशोधनातून हे दिसून येते, की दक्षिण आशियातील नेपाळ व बांगलादेश ह्या दोन देशांनी अपेक्षित आयुर्मर्यादा, बालमृत्युप्रतिबंध, रोगप्रतिक्षमन, स्त्रीसाक्षरता, कुपोषण घटवणे, शालेय शिक्षणाची वर्षे वाढवणे अशा अनेक महत्त्वाच्या बाबतीत उपरिनिर्दिष्ट दोन दशकात भारतापेक्षाही उजवी कामगिरी केली आहे. १९९०च्या सुमारास हे दोन्ही देश या सर्व आघाड्यांवर भारताच्या बरेच मागे होते; पण आज आर्थिक वाढ व मनुष्यविकास ह्यांच्यातील दरी बुजवण्यात भारत ह्या दोन्ही देशांच्या मागे पडला आहे. शिवाय हे अशा कालखंडात घडून आलं आहे, जेव्हा ह्या दोन्ही देशांच्या तुलनेत भारताची आर्थिक वाढ अधिक जलद गतीने होत होती. ज्या आर्थिक सुधारणा १९९१-९२ पासून पुढील काही वर्षे भारतात राबवल्या गेल्या, त्यातून एकूण प्रगतीचा वेग जरी वाढला गेला तरी 'विषमते'चे प्रमाणही जबरदस्त वाढले.

भारतामध्ये 'कृषिक्षेत्र व उद्योगसेवा क्षेत्रे, ग्रामीण भाग व शहरे,' 'प्रगत व अप्रगत राज्ये, अधिक कुशल व कमी कुशल कामगार' अशा अनेक बाबतींत आज विषमता बळावली आहे. आज भारतामधील श्रीमंत राज्यांचे उत्पन्न हे गरीब राज्यांच्या

उत्पन्नापेक्षा पाच पटींनी जास्त आहे. जगातील इतर कुठल्याही लोकशाही असलेल्या देशात इतकी जबरदस्त विषमता नाही. भारताला जर आर्थिकदृष्ट्या समर्थ व्हायचे असेल व ही समर्थता राखायची असेल तर सर्वसमावेशक प्रगती आवश्यक आहे. भारतामध्ये तरुणांचे प्रमाण जरी अधिक असले तरी ह्यांपैकी बहुसंख्यांना जर सकस अन्न, शिक्षण व आरोग्याच्या पुरेशा सुविधा मिळत नसतील तर अर्थव्यवस्थेच्या प्रगतीसाठी त्यांचा हातभार लागणार नाही. बळावत जाणाऱ्या विषमतेतून राजकीय अस्थैर्य निर्माण होण्यास फारसा वेळ लागत नाही. गेल्या काही वर्षांत ह्या प्रकारच्या घटना ट्यूनिशिया, इजिप्त व लिबिया ह्या देशांमध्ये घडताना आपण पाहिल्या आहेतच. आर्थिक सुधारणांकरता आवश्यक असलेल्या राजकीय पाठिंब्यासाठी आर्थिक विकास सर्वसमावेशक असणे अत्यंत गरजेचे आहे. आंतरराष्ट्रीय नाणेनिधीच्या तिमाही नियतकालिकात नुकत्यात प्रसिद्ध झालेल्या संशोधनानुसार अनुभवजन्य पुरावा हेच दाखवतो, की आर्थिकदृष्ट्या समर्थ असलेल्या देशांच्या आर्थिक वाढीवर सर्वांत महत्त्वाचा व दीर्घकालीन प्रभाव उत्पन्नवितरणातील समतेचा अथवा विषमतेचा पडतो. इतर घटक, जसे की राजकीय संस्था, व्यापारातील खुलेपणा, विदेशी चलनदराची स्पर्धात्मकता, विदेशी कर्ज व परराष्ट्रांतून होणारी प्रत्यक्ष (थेट) गुंतवणूक हे तुलनेने कमी प्रभावी ठरल्याचे आढळते. भारतीय धोरणकर्त्यांसाठी हे संशोधन फारच उद्‌बोधक आहे.

आज भारत देश अशा स्थितीला येऊन पोचला आहे, की जिथे देशाचे आर्थिक आरोग्य तर बिनसले आहेच, पण आर्थिक सुधारणांची प्रक्रियाही संपूर्णपणे ठप्प झाली आहे. आपल्या देशाला लागलेली भ्रष्टाचाराची कीड, नियंत्रक व महालेखापरीक्षकांनी गेल्या काही वर्षांत उघडकीला आणलेले महाघोटाळे, त्यातून प्रदर्शित झालेले कोट्यवधी रुपयांचे नुकसान, भारतामधील संमिश्र सरकारे व युतीचे राजकारण अशा अनेक गोष्टी ह्या परिस्थितीला जबाबदार आहेत.

संमिश्र सरकारातील छोटेमोठे राजकीय पक्ष, देशाच्या व्यापक हिताचा विचार न करता, एक प्रकारचे बचावात्मक धोरण अंगीकारून, स्वतःच्या स्वार्थी राजकीय हेतूंसाठी अनेक महत्त्वाच्या रचनात्मक सुधारणांना विरोध करत राहिले आहेत. परिणामी आर्थिक सुधारणांच्या प्रक्रियेस संपूर्णपणे खीळ बसली आहे.

आर्थिक जगाशी कुठलेच भावनिक नाते नसलेल्या व एकूण परिस्थितीचा तटस्थपणे व समदर्शी वृत्तीने विचार करणाऱ्या तज्ज्ञांच्या मते ही परिस्थिती अशीच चालू राहिली तर पुन्हा एकदा भारत देश ३.५ टक्के (प्रतिवर्ष) ह्या आर्थिक वाढीच्या दराप्रत जाऊन पोचेल व ह्यासाठी फार वर्षे वाटही बघावी लागणार नाही!

आजही ज्या लोकांना भारतामध्ये आर्थिक महासत्ता बनण्याचे सामर्थ्य आहे

असे वाटते, ते आपल्या देशाची लोकशाही, १९९० ते २०१० ह्या दोन दशकांत आपल्या देशाने साधलेली आर्थिक प्रगती, आपल्या देशातील वाढणारी तरुणाई व देशाची सांस्कृतिक गतिशीलता ही कारणे पुढे करतात. वरील गोष्टी जरी भारतासाठी एक प्रकारची बलस्थाने असल्या तरी देशाला आर्थिक महासत्ता बनवण्यासाठी पुरेशी आहेत, असे मला तरी वाटत नाही.

आज भारताच्या पायाभूत संरचनेमधील तुटींमुळे तसेच आवश्यक जनसेवांच्या टंचाईमुळे भारतीय अर्थव्यवस्थेतील ताणतणाव वाढत आहेत. मागणी-पुरवठ्यांतील वाढत्या दरीमुळे महागाईची समस्या उग्र बनली आहे. लोकांच्या व उद्योगांच्या वाढत्या अपेक्षा व त्यांची पूर्ती करण्यात अपयशी ठरत जाणाऱ्या शासनयंत्रणेमुळे, सत्तेवरील राजकारण्यांचा कल प्रचंड प्रमाणात सवंग लोकप्रियतेकडे झुकला गेला आहे. ह्याचे पर्यवसान सतत वाढणाऱ्या खर्चात होत असून भारताची वित्तीय तूट आवाक्याबाहेर वाढली आहे. इंधन, ऊर्जा, अन्नधान्ये, खते, पाणी अशा अनेक क्षेत्रांना अमर्याद अर्थसाहाय्य (subsidy) केले जात असूनही, खऱ्याखुऱ्या गरीब माणसांपर्यंत ह्या अर्थसाहाय्याचे फायदे पोचत नाहीत. ह्यातून सामाजिक स्वास्थ्य तर बिघडले आहेच, पण वाढणाऱ्या विषमतेमुळे आंतरराष्ट्रीय संस्थांकडून भारताच्या विकास प्रक्रियेवर सतत टीका होत राहिली आहे. आर्थिक सुधारणा तसेच वित्तीय मजबुतीकरणाला धोरणकर्त्यांची बांधीलकी नसल्याचे जाणवून परकीय गुंतवणूकदारांचा भारतीय अर्थव्यवस्थेवरील विश्वास उडत चालला आहे. शेअरबाजार तसेच थेट उद्योगांमध्ये केलेली गुंतवणूक परत मागे फिरवली जात आहे.

आर्थिक महासत्ता बनण्याचे तर सोडाच, पण एक प्रकारच्या वित्तीय अरिष्टाकडे आज भारत देश खेचला जातो आहे. पायाभूत सुविधांचा तुटवडा, आवश्यक जनसेवांची टंचाई, स्वच्छ व निष्ठावान नेतृत्वाचा अभाव, युतीच्या राजकारणामुळे आर्थिक सुधारणांना बसलेली खीळ, प्रमाणाबाहेर वाढलेली वित्तीय तसेच परराष्ट्रीय देण्या-घेण्यातील तूट, रुपयाचा ऱ्हास, मोठ्या प्रमाणात वाढलेली विषमता, बोकाळलेला भ्रष्टाचार व बिघडलेले समाजस्वास्थ हेच आज भारताचे यथार्थ वर्णन आहे!

ह्या सगळ्यांतून भारतीय अर्थव्यवस्था कधी बाहेर पडू शकेल हे सांगणे जरी कठीण असले तरीही प्रामाणिकपणे ह्या वास्तवाचा स्वीकार करणे, ही भविष्यातील दुर्गती टाळण्याची पहिली पायरी ठरू शकते!

अर्थात, भारतावर कोसळू घातलेलं आर्थिक अरिष्ट रोखण्याच्या दृष्टीने ह्यावर्षीच्या सप्टेंबर महिन्याच्या मध्यापासून आर्थिक धोरणक्षेत्रात पुन्हा थोडीफार हालचाल सुरू झाली आहे. संसदीय अनुमतीशिवाय सहजपणे ज्या सुधारणा राबवणे शक्य आहे त्या राबवण्याचा प्रयत्न करण्यात येतो आहे. भारत देश जागतिक अर्थव्यवस्थेबरोबर

अधिकाधिक निगडित होत गेल्यामुळे तसेच रेटींग एजन्सींची टांगती तलवार डोक्यावर असल्यामुळे काहीतरी हालचाल करणे क्रमप्राप्त ठरले आहे. तरीही युतीच्या राजकारणामुळे व प्रस्थापित हितसंबंधांमुळे आवश्यक त्या वेगाने आर्थिक सुधारणा राबवणे शक्य होत नाही.

आजच्या परिस्थितीचा विचार करता येत्या काही वर्षांमध्ये (दशकांमध्ये) भारत देश, 'आर्थिक महासत्ता' बनण्याच्या स्वप्नास जरी निश्चितपणे तडे पडले असले तरीही भारतामध्ये 'आर्थिक महासत्ता' बनण्याची कुवत किंवा सुप्तगुण नाहीत, असे मात्र नक्कीच म्हणता येणार नाही. आपल्या देशाची लोकशाही, सांस्कृतिक गतिशीलता, फोफावणारी तरुणाई, उजव्या दर्जाची उद्योजकता, नैसर्गिक साधनसंपत्ती इत्यादी बलस्थानांचा 'आर्थिक महासत्ता' बनण्यासाठी योग्य तो फायदा करून घ्यायचा असेल तर आपल्याला नेतृत्व, संस्थात्मक संरचना, सर्वसमावेशक प्रगती व सामाजिक स्वास्थ्य सुधारण्यावर सर्वाधिक व सातत्याने भर द्यावा लागेल व केवळ ह्यातूनच आर्थिक महासत्ता बनण्याच्या प्रक्रियेस आवश्यक असलेला राजकीय पाठिंबाही मिळण्याची शक्यता वाढेल.

१४

अर्थशास्त्र व प्रिझनर्स डायलेमा

प्रिझनर्स डायलेमा ही अर्थशास्त्रातील एक महत्त्वाची संकल्पना आहे. काही वेळेला विश्वासघाताच्या नीतीलाच अधिक महत्त्व दिले जाते. कंपन्या, बाजारपेठ आणि दोन प्रतिस्पर्धी देशांमध्येही हीच नीती वापरली जाते.

'प्रिझनर्स डायलेमा' हा सामाजिक शास्त्रे, तत्त्वज्ञान तसेच उत्क्रांतीनिष्ठ जीवशास्त्रामधील अभिजात सिद्धांत समजला जातो. व्यक्तींसाठी तर्कसंगत म्हणता येतील असे निर्णय समाजाच्या दृष्टीने अनिष्ट निर्णय कसे ठरू शकतात, ह्यावर हा सिद्धांत झोत टाकण्याचा प्रयत्न करतो.

१९५०च्या दशकात अमेरिकी हवाईदलाने स्थापन केलेल्या रॅण्ड कॉर्पोरेशनमधील मेरिल फ्लड व मेल्विन ड्रेशर ह्या दोन वैज्ञानिकांनी 'प्रिझनर्स डायलेमा'ची मूळ कल्पना मांडली. शीतयुद्धाच्या काळात निरनिराळ्या देशांमधील शस्त्रस्पर्धा समजून घेण्याच्या हेतूने ही कल्पना मांडली व वापरली गेली. पुढे अल्बर्ट टकर ह्या प्रिन्स्टन विद्यापीठातील गणितज्ज्ञाने ह्या कल्पनेचा व्यवस्थित आकृतीबंध आखून तिचे 'प्रिझनर्स डायलेमा' असे बारसे केले.

ह्या सिद्धांताची मूळ गोष्ट दोन कैद्यांशी संबंधित आहे. ह्या दोन कैद्यांनी एकत्रितपणे केलेल्या गुन्ह्याच्या आरोपावरून त्यांना अटक करण्यात आली होती. अटकेमध्ये त्यांना एकमेकांपासून अलग अशा स्वतंत्र कक्षात ठेवले गेले. एकमेकांबरोबर कुठलाही संपर्क साधणे त्यांच्यासाठी संपूर्णत: अशक्य होते. पोलिसांनी त्यांच्यासमोर (स्वतंत्रपणे) पुढील प्रस्ताव मांडले.

१) जर दोघांनीही गुन्हा कबूल केला तर दोघांनाही प्रत्येकी सहा वर्षांचा तुरुंगवास भोगावा लागेल.

२) जर दोघांपैकी एकानेच गुन्हा कबूल केला तर कबुली देणाऱ्याला सोडण्यात येईल व न देणाऱ्याला दहा वर्षांचा तुरुंगवास भोगावा लागेल.

३) जर दोघांनीही गुन्हा कबूल केला नाही तर तुलनेने कमी गंभीर गुन्ह्याखाली प्रत्येकी दोन वर्षांचा तुरुंगवास दोघांनाही भोगावा लागेल.

आता एकीकडे दोघांनाही गुन्ह्याबाबत संपूर्ण माहिती आहे पण दुसरीकडे साथीदारांचा काय निर्णय असणार आहे, ह्याविषयी अज्ञान आहे. अशा परिस्थितीत स्वत:च्या फायद्याचा विचार करणाऱ्या गुन्हेगाराला गुन्हा कबूल करण्यावाचून पर्यायच उरणार नाही. कारण जर त्याच्या साथीदारानेही गुन्हा कबूल केला असेल तर सहा वर्षांचा तुरुंगवास पण जर साथीदाराने गुन्हा कबूल केला नसेल तर मुक्तता असे फलित त्याला लाभेल.

पण जर का गुन्ह्याची कबुली न देण्याचे त्याने ठरवले तर दहा वर्षांच्या तुरुंगवासाची टांगती तलवार असणार याकडे तो दुर्लक्ष करु शकणार नाही. त्यामुळे अशा परिस्थितीत गुन्ह्याची कबुली देणे हीच इष्ट योजना ठरू शकते. थोडक्यात काय, दोघांपुढेही गुन्ह्याची कबुली देण्याव्यतिरिक्त दुसरा पर्याय नाही व दोघांसाठीही प्रत्येकी सहा वर्षांचा तुरुंगवास अटळ आहे. खरंतर दोघांचाही फायदा मूक राहण्यात आहे. पण दूसरा मूक राहिलच ह्याची खात्री नसल्याने तर्कसंगत विचार करणाऱ्या कैद्यासाठी सहा वर्षांचा कारावास अटळ ठरतो. हाच कैद्यांपुढील पेचप्रसंग 'प्रिझनर्स डायलेमा' ह्या नावाने ओळखला जातो.

पेचप्रसंग अशासाठी की प्रत्येक कैद्यापुढे दोन पर्याय असले, तरीही दुसऱ्या कैद्याबरोबर संपर्क साधण्याची सोय नसल्यामुळे तो 'इष्टतम' पर्याय निवडू शकत नाही. म्हणजेच दिल्या परिस्थितीत सहकारापेक्षा विश्वासघाताची नीती अधिक उचित ठरते. ह्यामुळेच 'प्रिझनर्स डायलेमा' ह्या सिद्धांतात अभिजात स्वरूपात स्वत:चा फायदा साधणाऱ्यांसाठी सहकारापेक्षा विश्वासघाताच्या नीतीला अधिक महत्त्व देण्यात आले.

कैद्यांपुढील हा पेचप्रसंग, उद्योग व आर्थिक व्यवहारात सहकार्य व स्पर्धा ह्यातील समतोल राखून जे डावपेच आखले जातात, ते समजून घेण्यासाठी प्रामुख्याने वापरला गेला. सारखेच उत्पादन असलेल्या दोन कंपन्यांपैकी एखादी जेव्हा आपल्या उत्पादनाची किंमत कमी करून जास्त ग्राहक बळकावते, तेव्हा तिची नीती 'प्रिझनर्स डायलेमा'नुसार विश्वासघाताची असते. तर दोन्ही कंपन्यांनी आपली बाजारपेठेतील ताकद लक्षात घेऊन चढी किंमत लावण्याचे सहकार्य केले तर दोघांचाही दीर्घ

काळासाठी फायदा होऊ शकेल. पण ह्यासाठी प्रतिस्पर्धी कंपनी भविष्यात आपल्या डावपेचांवर कुरघोडी करू शकते, वचपा काढू शकते, हे मुळात विश्वासघात करणाऱ्या कंपनीने लक्षात घेतले पाहिजे. नाहीतर शेरास सव्वाशेर या न्यायाने दोन्ही कंपन्यांचा निव्वळ नफा कमीच होत जाईल.

दोन प्रतिस्पर्धी देशांमधील शस्त्रस्पर्धा समजून घेण्याच्या दृष्टीने देखील 'प्रिझनर्स डायलेमा' ची संकल्पना उपयोगी मानली गेली. ह्या प्रतिस्पर्धी देशांनी एकमेकांबरोबर सहकार्य करण्यातच त्यांचा खरा फायदा असतो. ह्यामुळे शस्त्रास्त्रांवर होणारा अतिरेकी खर्च हे देश टाळू शकतात व अधिक उत्पादनक्षम अशा गुंतवणुकीसाठी आर्थिक भांडवलाचा उपयोग करू शकतात. दुर्दैवाने शस्त्रस्पर्धेत उतरलेल्या देशांची नीती ही विश्वासघाताची असल्यामुळे त्यांच्या डावपेचांचा कल प्रतिस्पर्धी देशांपेक्षा अधिकाधिक शस्त्रसाठा वाढवण्याकडे राहतो व ह्याचे नुकसान त्यांच्या अर्थव्यवस्थांना सोसावे लागते.

आता प्रश्न असा आहे, की पेचप्रसंगात सापडलेल्या कैद्यांना सहकाराच्या दिशेने वळवण्यासाठी कुठला मार्ग उपलब्ध आहे? तर वर वर्णन केलेल्या परिस्थितीची पुनरावृत्ती होत राहणे. उदाहरणार्थ, जर दोन प्रतिस्पर्धी कंपन्यामध्ये परस्पर विश्वासघाताचे चक्र सुरूच राहिले तर परस्पर सहकार्य करण्यावाचून पर्यायच उरणार नाही.

आता बँकिंग क्षेत्रातील उदाहरण घेऊ. भारतीय बँकांवर ही सतत टीका होत असते, की मोठ्या कंपन्यांच्या महाप्रकल्पांसाठी कर्जे देताना ह्या बँका अंतर्भूत जोखमींचा पुरेसा विचार न करता केवळ आपला व्यवसाय वाढावा म्हणून व्याजाचे दर कमी करत नेतात व त्यातून हळूहळू सर्व बँकांचा निव्वळ नफा कमी होत जातो. वास्तविक पाहता ह्या बँकांनी जर एकमेकींबरोबर सहकार्य करून, जोखमींची योग्यप्रकारे दखल घेऊन व्याजाचे दर ठरवले व सारख्या प्रकारच्या प्रकल्पांसाठी समान व्याजदर लागू केले तर सर्वच बँकांचा फायदा होऊ शकतो. पण सहकार्य न करता केवळ अल्पमुदतीच्या फायद्याचा विचार करून जेव्हा ह्या बँका अधिकाधिक व्यवसाय विस्तारावा म्हणून व्याजदर कमी करत नेतात, तेव्हा अखेर सगळ्यांचेच नुकसान वाढत जाते. इंडियन बँक्स असोसिएशनच्या व्यासपीठावर अनेकवेळा ह्या प्रवृत्तींवर टीका होत असते. अर्थशास्त्राच्या संदर्भात, 'सर्वजण एकाच प्रकारचे डावपेच खेळणार आहेत, ह्याचे भान ठेवून जर योग्य वेळी सहकार्य केले तर सगळ्यांचाच निव्वळ फायदा वाढू शकतो.' हे 'प्रिझनर्स डायलेमा' ह्या संकल्पनेचे सार आहे.

वरवर पाहिले तर प्रिझनर्स डायलेमा ॲडम स्मिथच्या सिद्धांताशी विसंगत वाटतो. ॲडम स्मिथच्या मते, स्वत:च्या फायद्यांचा विचार करून वागणाऱ्या माणसांच्या प्रयत्नांमधून मुक्त बाजारपेठी अर्थव्यवस्थेमध्ये सगळ्या समाजाचाच फायदा होत

असतो. व्यक्तिगत फायद्याचा विचार करून झालेल्या देवाणघेवाणीतूनच शेवटी उत्पादन व व्यापार वाढत जातात, श्रम विभाजन होत राहते व संपूर्ण समाजाची संपत्ती वाढीला लागते. थोडक्यात एखाद्या माणसाची व्यक्तिश: समाजाचे भले करण्याची इच्छा नसली तरीही स्वत:चे भले साधण्यासाठी तो जे प्रयत्न करत असतो त्यातून समाजाचे भले साधले जाते.

मात्र, प्रिझनर्स डायलेमानुसार स्वत:च्या भल्यासाठी केलेल्या कृतीतून एखाद्या गटाचे सामूहिक भले साधले जात नाही. पण हे तितकेसे बरोबर नाही. बऱ्याच वेळा एखाद्या गटाच्या अथवा वर्गाच्या सहकारामधून साधलेली कृती व्यापक समाजाच्या हिताची असेलच असे नाही. समजा, सर्व बँकांनी एकमेकांशी सहकार करून कृत्रिमपणे व अवाजवी पद्धतीने व्याजाचे दर चढे ठेवले तर बँकांच्या समूहाचा फायदा होईलही पण कर्जे घेणाऱ्या कंपन्यांच्या नुकसानीचे काय? एकूण समाजाच्या दृष्टीने पाहायचे झाले तर बँकांचा फायदा जास्त की ऋणकोंचे नुकसान जास्त हे कोण व कसे ठरवणार?

शिवाय 'सहकार' हा नेहमीच सामाजिकदृष्ट्या हिताचा असतो,' असे म्हणणेही बरोबर नाही. 'प्रिझनर्स डायलेमा' मधील कैद्यांना जर एकमेकांबरोबर सहकार्य करू दिले तर खऱ्या गुन्हेगारापर्यंत पोहोचणे पोलिसांसाठी अशक्य होऊन बसेल.

तेव्हा सहकारामागची धारणा व प्रेरणा समजून घेतल्याशिवाय 'सहकारा'चे अवडंबर माजवणे, सहकाराला सामाजिकदृष्ट्या हिताचे म्हणणे चुकीचे ठरते. बऱ्याचवेळा सहकार करणाऱ्या वर्गातील सर्वात मोठ्या गड्याला स्पर्धा नको असते आणि म्हणूनच सहकाराची अरेरावी भाषा हा मोठा गडी बोलत असतो. अशुद्ध तेलाच्या संघटनेमधील सौदी अरेबियाची भूमिका ही प्रामुख्याने स्पर्धा दडपणाऱ्या 'सहकाराची' आहे व त्यामुळेच सर्व जगाला कृत्रिमपणे चढ्या राहिलेल्या अशुद्ध तेलाच्या किमतींचा भार अनेक वर्षे सोसावा लागला, हे सत्य आहे.

मुख्य म्हणजे आर्थिक जग हे गणिताच्या जगापेक्षा कितीतरी अधिक गुंतागुंतीचे आहे. त्यामुळेच व्यवहारातील कोंडी सोडवण्यासाठी गणिती तर्कसंगत पद्धतींऐवजी सामान्य व्यवहारज्ञान (Common Sense) मुख्यत्वे वापरले जाते. मानवी भावभावनांशी तसेच जैविक प्रेरणांशी सुसंगत अशा ॲडम स्मिथच्या सिद्धांताची स्पष्टीकरणात्मक ताकद म्हणूनच अधिक भावते.

१५

आनंदविरहित अर्थव्यवस्था

भारताने आर्थिक उदारीकरणाच्या धोरणाचा स्वीकार करून तब्बल दोन दशके उलटून गेली. ह्या कालावधीत कमी उत्पन्न देणाऱ्या देशांच्या रांगेतून भारत मध्यम उत्पन्न देणाऱ्या देशांच्या गटात सामील झाला. जागतिक बँक व आंतरराष्ट्रीय नाणेनिधीने सुचवलेल्या मार्गावरून जाणाऱ्या आफ्रिकन देशांची १९८०च्या दशकात जी गत झाली, तशीच फटफजिती भारताचीही होणार, हे टीकाकारांचे भाकीत व्यापक अर्थाने फोल ठरले.

ह्या दोन दशकात भारताचे एकूण राष्ट्रीय उत्पन्न जवळजवळ चौपटीने वाढलं तर दरडोई राष्ट्रीय उत्पन्न अडीच पटीने वाढलं. भारतीय अर्थव्यवस्थेत अनेक रचनात्मक बदल घडून आले. कृषिक्षेत्राचा राष्ट्रीय उत्पन्नातील हिस्सा ३४ टक्क्यांवरून १६.६ पर्यंत घसरला तर सेवाक्षेत्राचा हिस्सा ४२.७ टक्क्यांपासून ५७.७ टक्क्यांपर्यंत वाढला. संगणक, सॉफ्टवेअर, दूरसंचारण अशा आधुनिक सेवांबरोबरच आरोग्य, पर्यटन, वित्त, दळणवळण, अतिथीसेवा इत्यादींचे जाळे झपाट्याने विस्तारले. भारतामधून होणाऱ्या निर्यातीत संख्यात्मक तसेच गुणात्मक बदल घडून आले. निर्यातीचे भारतीय राष्ट्रीय उत्पन्नाबरोबर असलेले गुणोत्तर ६.९ पासून २१.२२ पर्यंत वाढले.

निर्यातीमधील कृषिक्षेत्रातील वस्तूंबरोबर सेवाक्षेत्र तसेच यांत्रिक निर्मितीचे प्रस्थ वाढले. आंतरराष्ट्रीय व्यापारापासून ते पर्यावरण संबंधातील जागतिक वाटाघाटीत भारताच्या आवाजाला जबरदस्त वजन प्राप्त झाले. भारतामधील बचतीचा दर २२.८ पासून ३४ टक्क्यांपर्यंत वाढला तर गेल्या दशकात (२०००-२०१०) गुंतवणुकीचा दर अत्यंत मजबूतपणे ३६ टक्क्यांच्या आसपास राहिला. भारतीय शेअरबाजारातील

भांडवलीकरणाचे जगाच्या भांडवलीकरणातील प्रमाण ०.४ टक्क्यांपासून २.९ टक्क्यांपर्यंत वाढले. फोर्ब्स मासिकातल्या अब्जाधिशांच्या रांगेत जेमतेम एखादी भारतीय व्यक्ती असायची. आता ती संख्या पन्नासच्या आसपास असते.

परकीय गुंतवणूकदारांसाठीही भारताचे आकर्षण वाढते राहिले. गेल्या वीस वर्षात परकीय गुंतवणूकदारांनी भारताच्या उद्योगक्षेत्रात (direct) थेटपणे केलेली गुंतवणूक सरासरी प्रतिवर्ष ३३.३४ टक्के एवढ्या वेगाने वाढत राहिली. भारतीय उद्योगांमध्ये अनेक रचनात्मक बदल घडून आले व त्यांची उत्पादनक्षमताही झपाट्याने वाढली. भारतात अनेक अव्वल, जागतिक दर्जाच्या कंपन्यांचा उदय झाला, जसे की इन्फोसिस, विप्रो, टाटा कन्सलटन्सी सर्व्हिसेस, टाटा मोटर्स, भारती इत्यादी. अनेक भारतीय उद्योजकांनी भारताबाहेर परकीय देशांमध्ये स्वत:चे उद्योग स्थापन केले. टाटा व रिलायन्ससारख्या कंपन्या त्यांच्या एकूण उत्पन्नातील ५० टक्क्यांपेक्षा जास्त उत्पन्न त्यांच्या परदेशातील उद्योगांमधून कमावतात, हे सर्वश्रुतच आहे. आज इतरही अनेक कंपन्यांनी जशा की गोदरेज कंझ्युमर प्रॉडक्ट्स, डाबर, मारीको, क्रॉम्प्टन ग्रीव्हज, जी.एम.आर., इस्सार ग्रुप तसेच विविध औषध कंपन्यांनी आपल्या उद्योगांचा विस्तार भारताबाहेर एक तर नेला आहे किंवा नेण्याच्या प्रयत्नात आहेत.

भारताने गेल्या वीस वर्षात साधलेल्या ह्या प्रगतीत सातत्याने वाढत राहिलेल्या उपभोग खर्चाचे योगदान फार महत्त्वाचे आहे. भारताच्या एकूण राष्ट्रीय उत्पन्नापैकी जवळजवळ ६० टक्के उत्पन्न भारतामध्येच खर्चले जाते. भारताची स्वत:ची (अंतर्गत) बाजारपेठ अशी भक्कम असल्यामुळे २००७-०८ पासून सुरू झालेल्या जागतिक मंदीची विशेष झळ भारतीय अर्थव्यवस्थेला लागली नाही.

भारताची अंतर्गत बाजारपेठ भक्कम असण्यात ह्या देशातील तरुण पिढीचा फार मोठा वाटा आहे व तो टिकूनही राहणार आहे. आजमितीला एकूण लोकसंख्येपैकी ३० टक्के भारतीय माणसांचे वय १५ वर्षांहून कमी तर जवळजवळ ६ टक्के माणसांचे वय ३९ वर्षांहून कमी आहे. खऱ्या अर्थाने भारत एक तरुण देश आहे. तरुण माणसांची मिळवण्याची व खर्च करण्याची क्षमता नेहमीच अधिक असल्यामुळे भारतीय अर्थव्यवस्थेत उपभोगाचे प्रमाण वाढते राहिले आहे.

२०२० सालापर्यंत जवळ जवळ १४ कोटी एवढे तरुण भारतीय जागतिक कामगारदलात (work force) दाखल होतील असा अंदाज आहे. थोडक्यात सांगायचं तर, आपल्या देशासाठी मिळविण्याचं व उधळण्याचं प्रमाण वाढतच जाणार आहे. त्यात घरे, मोटारी किंवा कुठल्याही (महागड्या) टिकाऊ उपभोग्य वस्तू खरीदण्यासाठी आजच्या तरुण पिढीवर बचतीचं बंधन नाही. बँकांकडून तसेच वित्त कंपन्यांकडून अगदी सहजपणे कर्जे मिळू शकतात. कुठल्याही टिकाऊ उपभोग्य वस्तूंकरता भारत

एक मोठी बाजारपेठ बनला आहे. भ्रमणध्वनींचीच गोष्ट घ्या. इंग्लंडच्या एकूण लोकसंख्येच्या दसपट एवढ्या संख्येने आज भारतात भ्रमणध्वनी वापरात आहेत. शिवाय हा आकडा फुगतच चालल्यामुळे जगातील मोठमोठ्या दूरसंचारण कंपन्या भारताकडे वळत आहेत. भारतातील करमणुकीची साधनेही वाढत चालली आहेत. आजमितीला एकूण ५०० दूरदर्शन वाहिन्या भारतामध्ये कार्यरत आहेत. हॉटेल उद्योग,व्यायामशाळा, फॅशन प्रशिक्षण केंद्रे, सौंदर्यप्रसाधने, तयार कपडे इत्यादी उद्योगांना बरकतीचे दिवस आले आहेत व त्यांच्यासाठीची मागणीही अलवचीक असल्यामुळे अर्थव्यवस्थेच्या चढउतारामध्येही हे उद्योग ताठपणे टिकाव धरू शकत आहेत. मोटारी व दुचाकीच्या भारतामधील उद्योगाचे जगातील स्थान सातवे असून ह्या उद्योगातही झपाट्याने वाढ होत आहे. गेल्या दहा वर्षात भारतामधील रस्त्यांची रूंदी विशेष वाढली नसली तरी मोटारगाड्यांची संख्या साडेतीन पटीने वाढली.

ह्या सर्वांचे मतितार्थ सर्वकाही आलबेल आहे, असा अर्थातच नाही. १९९१-९२ पासून राबवण्यात आलेल्या आर्थिक सुधारणांमुळे एकूण प्रगतीचा वेग वाढला असला तरीही विषमतेचे प्रमाणही जबरदस्त वाढले आहे. कृषिक्षेत्र व उद्योग/सेवा क्षेत्रे, ग्रामीण भाग व शहरे, प्रगत व अप्रगत राज्ये, अधिक कुशल व कमी कुशल कामगार ह्या सर्वांमधील आर्थिक दरी वाढली आहे. अधिक उत्पन्न देणाऱ्या राज्यांमधील दारिद्र्यरेषेखालील लोकांचे प्रमाण झपाट्याने कमी झाले असले तरीही बिहार, छत्तिसगढ, झारखंड, मध्यप्रदेश, ओरिसा, राजस्थान व उत्तरप्रदेश ह्या राज्यांना दारिद्र्य हटवण्यात विशेष यश मिळालेले नाही. पायाभूत सुविधांची कमतरता, नैसर्गिक साधनसंपत्तीचा सातत्याने होत राहिलेला ऱ्हास, हवामान बदल इत्यादी प्रश्न भारतासाठी उग्र बनत चालले आहेत. ही सर्व आव्हाने निश्चितच गंभीर स्वरूपाची आहेत व त्यांच्याबाबतीत तोडगा काढण्यात किंवा ठोस उपाययोजना करण्यात जर आपण कमी पडलो तर आतापर्यंत साध्य केलेली प्रगती टिकवून धरण्याबाबतीत गंभीर प्रश्नचिन्हे निर्माण होतील, ही वस्तुस्थिती आहे.

मात्र प्रस्तुत लेखाचा उद्देश भारताने गेल्या दोन दशकात साधलेल्या प्रगतीमधील सशक्त व दुर्बळ बाजू तपासून बघण्याचा नाही. उलट समाजाच्या ज्या वर्गांमध्ये समृद्धी निश्चितपणे वाढली आहे, त्या वर्गांची झपाट्याने बदललेली व बदलत राहणारी जीवनशैली त्या वर्गांकरता तसेच एकूण समाजाकरता स्वास्थ्य व विकासाच्या दृष्टीने खरोखरच अनुकूल ठरते आहे का? ह्या प्रश्नाचा वेध घेण्याचा प्रयत्न ह्या लेखात केला आहे.

गेल्या काही वर्षांत भारतीय धोरणकर्त्यांनी आपल्या देशाच्या आर्थिक वाढीची गती टिकवून धरण्यासाठी, उपभोग खर्चास (Consumption expenditure) उत्तेजन

देणाऱ्या तंत्रांचा अवलंब केला आहे. १९९०च्या दशकांत आर्थिक सुधारणांचा जो वेग आपल्या देशाने अनुभवला तो हळूहळू मंदावत गेला. नव्या शतकातील पहिल्या दशकात पुन्हा एकदा राजकारणाचे अर्थकारणातील प्राबल्य वाढले. जेव्हा जेव्हा आर्थिक वाढीची गती मंदावण्याचे कालखंड आले तेव्हाही जास्त भर हा उपभोग खर्च वाढवणाऱ्या तंत्रांवर देण्यात आला.

गुंतवणुकीचे प्रमाण वाढवण्यासाठी, धोरणांमधील त्रुटी कमी करण्याऐवजी भसाभसा व्याजदर कमी करणे, अर्थव्यवस्थेतील पैशांची गंगाजळ वाढवणे, शेअर मार्केटमधील उत्साह टिकवून ठेवण्यासाठी सतत छोटी-मोठी प्रेरके (incentives) पुरवत राहणे इत्यादी उपाययोजनांवर राजकीय धोरणकर्त्यांनी जास्त भर दिला आहे. त्यामुळेच आज पायाभूत सुविधांच्या तुटवड्यामुळे, दफ्तरदिरंगाईमुळे, कृषिक्षेत्राच्या मंदावलेल्या उत्पादकतेमुळे, एकूणच 'पुरवठा' वाढण्याच्या दृष्टीने अनेक मर्यादा निर्माण झाल्या आहेत तर अर्थव्यवस्थेतील पैशांचे प्रमाण वाढत राहिल्यामुळे महागाईही आटोक्यात येत नाही. अर्थात ह्या वाढत्या महागाईचा चटका गेल्या वीस वर्षात झपाट्याने श्रीमंत झालेल्या वर्गाला विशेष बसलेला नाही, हेही खरेच आहे. ह्या वर्गाच्या सातत्याने वाढणाऱ्या मागणीमुळे आज भाजीपाला, फळे, दूध तसेच अन्य प्रथिनजन्य पदार्थांपासून (अंडी, मांस, मासे व डाळी) ते घरे, मोटारी, सोनेचांदी अशा सर्वच गोष्टींचे भाव चढे राहिले आहेत.

ह्या सामाजिक वस्तुस्थितीकडे बघताना मला अतिशय तीव्रपणे तिबॉर स्किटोव्हस्की ह्या हंगेरियन वंशाच्या अमेरिकन अर्थतज्ज्ञाचे 'आनंदविरहीत अर्थव्यवस्था: मानवी समाधानाचे मानसशास्त्र' हे पुस्तक आठवत राहते. गोखले अर्थशास्त्र संस्थेत शिकत असताना १९८३-८४च्या सुमारास हे पुस्तक माझ्या वाचनत आले होते. १९७६ साली ते अमेरिकेत प्रथम प्रकाशित झाले व त्याची सुधारित आवृत्ती १९९२मध्ये निघाली. ह्या पुस्तकात प्रामुख्याने १९७०च्या दशकात अमेरिकेत बोकाळलेल्या उपभोगवाद/चंगळवादावर टीका केलेली असल्यामुळे स्किटोव्हस्कींना बराच त्रास सहन करावा लागला. त्यांना बढत्या तर नाकारल्या गेल्याच पण पुस्तकाच्या प्रकाशनासही भरपूर विलंब सोसावा लागला. अर्थशास्त्रातील प्रमुख विचारप्रवाहावरही ह्या पुस्तकाचा विशेष प्रभाव पडू शकला नसला तरीही ह्या पुस्तकात उपस्थित केलेल्या प्रश्नांची दखल स्वतंत्रपणे संशोधन करणाऱ्या अनेक संशोधकांना घ्यावी लागली. आज ह्या पुस्तकात उपस्थित केलेले प्रश्न अनेक महत्त्वाच्या संशोधकांसाठी अग्रगण्य ठरले आहेत. १९४६ ते १९७६ अशी तीन दशके स्किटोव्हस्की (ह्यापुढे सोयीसाठी 'स्कि') अमेरिकेतील स्टॅनफोर्ड विद्यापीठात शिकवण्याचे व संशोधनाचे काम करत होते. १९६० पासून त्यांनी कल्याणासंबंधीच्या

(Welfare) उपपत्तीवर काम करण्यास सुरवात केली. त्यांच्या मते अर्थशास्त्रात सामान्यपणे कल्याणाचे उपभोग व आर्थिक वाढ ह्या संकल्पनांबरोबर जवळचे नाते जोडले गेले आहे. परंतु मनुष्यविकास हा केवळ परिमाणात्मक (quantitative) पद्धतीने मोजणे बरोबर नाही, त्याचा गुणात्मक उहापोह होणेही आवश्यक असते. स्किंच्या मते अशी अनेक उदाहरणे देता येतील, की जिथे साधनसंपत्तीची मर्यादा असतानाही उपभोगाची गुणात्मक पातळी उत्तम राहिल्याचे दिसून येते, तर साधनसंपत्तीची मुबलकता असतानाही उपभोगाच्या दर्जाची घसरण झालेली जाणवते. म्हणूनच गुणात्मक पातळीवर 'कल्याणा'चे मापन सावधपणे करणे आवश्यक आहे. स्किंनी अनेक वर्षे गुणात्मक पातळीची काटेकोर व्याख्या देण्याची धडपड केली व शेवटी दर्जाचा संबंध उपभोगातून मिळणाऱ्या आनंदाबरोबर जोडला. स्किंच्या मते सर्वच प्रकारच्या उपभोगातून आनंद मिळतोच असे नाही. आनंद देणाऱ्या व न देणाऱ्या उपभोग्य वस्तूतील फरक धाडस, जोखमा, अथक परिश्रमातून होणारी फलप्राप्ती अशा अनेक घटकांवर अवलंबून असतो. स्किंनी आपल्या ह्या संकल्पनांचा आधार घेऊन अमेरिकेतील वाढत्या उपभोगवादावर व त्यातून होणाऱ्या सामाजिक समस्यांवर कठोर टीका केली. आधुनिक औद्योगिक क्षेत्रात, विशेषीकरणावर (Specialisation) भर दिल्यामुळे अनेक कामांमधील आनंद कमी कमी होत गेला. जेव्हा माणसं स्वत:च्या हाताने काही बनवतात व अगदी शेवटच्या टप्प्यापर्यंत त्या निर्मितीच्या प्रक्रियेत त्यांचा सहभाग असतो, तेव्हा मिळणारा आनंद दीर्घकाळ टिकून राहतो. (ह्या आनंदाची झलक सुतार, शिंपी, संगीतकार, चित्रकार, लेखक, संशोधक, गृहिणी ह्यांना अनेकवार मिळत असते.) पण आधुनिक अर्थव्यवस्थांमध्ये विशेषीकरण व विपुल उत्पादनाला (mass production) आलेल्या महत्त्वामुळे निर्मितीमधील आनंद घटण्याच्या शक्यता वाढत राहतात. स्किंच्या मते, इतर समाजव्यवस्थांच्या तुलनेत अमेरिकी समाजव्यवस्थेने उपभोगाच्या संदर्भात स्वास्थ्य, सुरक्षितता व सोपेपणा ह्या घटकांना अवास्तव महत्त्व दिल्यामुळे ह्या समाजातील उपभोगाची साधने वाढली, तरीही त्या प्रमाणात आनंदनिर्मिती होऊ शकली नाही. ते असेही म्हणतात, की अमेरिकी भांडवलशाहीत स्वास्थ्य व आळस वाढवणाऱ्या गोष्टींचा उपभोग घेण्याचे प्रमाण अतिरिक्त वाढलं असून, उत्तेजित अथवा प्रेरित करणाऱ्या सर्जनशील कार्यांसाठीचे आकर्षण कमी झाले आहे. स्किंना अभिप्रेत असलेल्या सर्जनशील कार्यांमध्ये निरनिराळ्या प्रकारची कौशल्ये, अभिजात कला (संगीत, नृत्य, चित्रकला) बौद्धिकरचना, मानव्यशास्त्रे, गणित, साहित्य आणि इतिहास अशा अनेक गोष्टींचा समावेश होतो.

उच्चभ्रू समाजांमध्ये स्वास्थ्याला प्राप्त झालेल्या अतिरेकी महत्त्वामुळे उपभोग्य

गोष्टींमधील धाडस, जोखमा, काठिण्य, परिश्रम इत्यादी दीर्घकालीन आनंद निर्माण करणाऱ्या गोष्टींचा प्रभाव कमी होत गेला व अंगचुकार/क्रियाहीन श्रीमंतांचे प्रमाण वाढत गेले.

रुबिनी ह्या सद्यकाळातील महत्त्वाच्या अर्थतज्ज्ञानेही (ज्याने २००७-०८च्या जागतिक अरिष्टाचे भाकीत अचूकपणे वर्तवले होते.) आजच्या अमेरिकी उलथापालथीवर झोत टाकतांना स्किंच्या मतांचा आधार घेतला आहे. स्किंचे पुस्तक प्रथमत: १९७०च्या दशकात लिहिले गेले असले तरीही त्यांची अज्ञानग्रस्त उपभोगवादावरील टीका आजही लागू पडते.

''जागतिक गुंतवणूकदारांकडून स्वस्तात मिळवलेल्या कर्जाच्या मदतीने अर्थव्यवस्थेतील उथळ उपभोगाची साधने वाढवत नेण्याच्या प्रक्रियेचाच आज अमेरिकेला मोठा फटका बसला आहे.'' असे प्रतिपादन रुबिनी करतात.

अमेरिकेने स्वीकारलेली अँग्लो-सॅक्सन पद्धतीची राजवट ही उपभोगाला व उपभोग सुलभ करण्यासाठी देण्यात येणाऱ्या कर्जांना अनन्यसाधारण महत्त्व देते. आज अशा प्रकारची राजवट स्वीकारल्याचे दुष्परिणाम अमेरिकेइतकेच इंग्लंड, ऑस्ट्रेलिया, न्यूझीलंड इत्यादी देशांना सोसावे लागत आहेत. आज हे सर्व देश आंतरराष्ट्रीय ताळेबंदातील असमतोल, गृहक्षेत्रातील बुडबुडे आणि उपभोक्त्यांवरील कर्जांचा वाढता भार अशा गंभीर आर्थिक समस्यांनी गांजले गेले आहेत.

स्किंच्या मते अभिमत संप्रदायास (classical school) वाटते, त्याप्रमाणे सर्वच उपभोक्ते (ग्राहक) सुजाण नसतात. सर्व उपभोक्त्यांना स्वत:च्या दूरगामी फायद्यांची अथवा कल्याणाची उत्तम जाण असते, हे आपण गृहीत धरू शकत नाही. आधुनिक भांडवलशाहीमध्ये उपभोक्त्यांच्या निरनिराळ्या इच्छा व लहरींचे इतक्या सहजपणे समाधान होते की त्यातून सर्वसामान्य समाजासाठी स्वास्थ्य, तोचतोचपणा, आळस व कंटाळा निर्माण होण्याच्या शक्यता वाढतात. पण उत्तेजित होण्याची गरजही स्वाभाविकपणे माणसांना असतेच. मग अशा परिस्थितीत उत्तेजित होण्यासाठी ह्या समाजातील माणसे अनेक प्रकारच्या अनैसर्गिक, घातकी (उदा. व्यसने, गुन्हेगारी, स्टंटबाजी इ.) अशा गोष्टींकडे वळू शकतात.

स्किंच्या मते आर्थिक विकासाबरोबरच, सुसंस्कृतपणा वाढवण्यासाठीचे कृतिशील प्रयत्न समाजाच्या एकूण विकासासाठी व आनंदासाठी आवश्यक असतात. माणसाचं मन सतत काहीतरी आव्हानात्मक, सर्जनशील, भरपूर परिश्रमांची गरज असलेल्या अशा उद्योगात रमण्याची आवश्यकता असते. सहजासहजी कुठलीच व्यक्ती सोपे, आव्हानात्मक पद्धतीने जगण्याचा प्रयत्न आपणहून करणार नाही, ह्यासाठीच आर्थिक विकासाइतकेच महत्त्व सांस्कृतिक विकासाला मिळणे आवश्यक

आहे व राज्यकर्ते अथवा धोरणकर्त्यांपासून सर्वच सुशिक्षित लोकांनी (ह्यात सुजाण पालकत्वाचाही समावेश होतो,) ह्याबाबतीत कृतिशील असणे गरजेचे आहे.

स्किंच्या मते उपभोक्त्यांना (ग्राहकांना) निर्मितीक्षम व आनंद देणाऱ्या अशा उपभोगांच्या प्रकारांकडे मुद्दामहून वळवण्याची गरज असते. भारतासारख्या झपाट्याने आर्थिक वाढ होणाऱ्या देशात अशा प्रकारचे प्रशिक्षण जर ग्राहकांना वेळीच उपलब्ध झाले नाही तर हेच ग्राहक विपुल उत्पादन करणाऱ्या उत्पादकांच्या हातातील बाहुले बनतील व वरकरणी समृद्ध वाटणारी आपली अर्थव्यवस्था हळहळू आनंदविरहित बनत जाईल.

अर्थतज्ज्ञांनी जितका वेळ उत्पादनातील कौशल्यांच्या निर्मितीचे महत्त्व समजून घेण्यात घालवला आहे, तितकाच वेळ सर्जनशील उपभोगासाठी आवश्यक असलेल्या कौशल्यांच्या अभ्यासासाठी देण्याचीही आज खरी गरज आहे. स्किंच्या ह्या भूमिकेमुळे ते व्हेब्लन, रॉबर्ट फ्रँक, नाईट केन्स व गालब्रेथसारख्या बाजारपेठांच्या लवचीकपणावर कमी विश्वास असणाऱ्या अर्थतज्ज्ञांच्या मांदियाळीत जाऊन बसले. स्किंनी अर्थशास्त्रातील अनेक महत्त्वाच्या बाबींवर संशोधन केले, जसे की आंतरराष्ट्रीय व्यापार, आर्थिक वाढ व विकास, मक्तेदारी व स्पर्धा इत्यादी. पण त्यांच्या संशोधनाचा कल हा नेहमीच आर्थिक घडामोडींच्या कल्याणकारी परिणामांचा शोध घेण्याकडे राहिला.

अमेरिका व अमेरिकेसारख्या आर्थिक मॉडेल स्वीकारलेल्या इतर देशांच्या अनुभवांवरून भारतासारख्या श्रीमंतीची वरवरची चाहूल लागलेल्या देशाला शिकण्यासारखे बरेच आहे. स्किंच्या आनंदविरहित अर्थव्यवस्थेत सांगितल्याप्रमाणे सुजाण उत्पादकांइतकीच सुजाण उपभोक्त्यांची गरज आज भारताला सामाजिक विकासाच्या दृष्टिकोनातून आहे. त्यात भारत हा तरुणांचा देश असल्यामुळे व पुढील अनेक वर्षे तरुण राहणार असल्यामुळे उत्पादक व उपभोक्त्यांना जाणीवपूर्वक निर्मितीक्षमतेकडे वळवत राहणे, हे आपल्या समाजापुढचे सर्वात मोठे आव्हान असणार आहे.

स्किंच्याच शब्दात सांगायचं झालं तर, 'माणसे जसजशी धार्मिक कायद्यांच्या चौकटीतून बाहेर पडू लागली तसतसे कुठल्याही व्यक्तीला स्वत:साठी काय योग्य आहे ते निश्चितपणे ठरवता येते, असे वाटू लागले. पण असे वाटणे फारच धाडसाचे आहे. कारण ह्यामुळेच अनेक प्रगत समाजांमधून (आर्थिकदृष्ट्या) माणसे जे निवडतात आणि माणसांना खरे समाधान कशामधून मिळू शकते ह्यातील विरोधाभासाकडे दुर्लक्ष होत गेले.'

भारताच्या वाढत्या समृद्धीमुळे उसळलेल्या उपभोगखर्चाच्या गुणात्मक पातळीकडे पाहिले तर तिबॉर स्किटोव्हस्कींच्या आनंदविरहित अर्थव्यवस्था ह्या पुस्तकातून आपल्याला बरंच काही शिकण्यासारखं आहे, ह्याची तीव्र जाणीव होते.

१६

वड्याचं तेल वांग्यावर

१९९१-९२ सालापासून म्हणजेच उदारीकरणाचे पर्व सुरू झाल्यापासून भारताच्या आर्थिकजगात अनेक फॅशन्सची लाट आली. एकीकडे खाजगीकरणाच्या लाटेमुळे नवनवीन तंत्रे व कार्यपद्धती विकसित करण्याचे जोरदार प्रयत्न सुरू झाले तर दुसरीकडे अनेक प्रस्थापित संस्था व पद्धती निकालात काढण्याची प्रवृत्ती वाढीस लागली.

ह्या बदलत्या विचारप्रवाहांचा अधिक तीव्र फटका वस्तू क्षेत्राच्या तुलनेत वित्तीय क्षेत्राला बसला. हे स्वाभाविकही होते, कारण वस्तू क्षेत्राच्या तुलनेत वित्तीय क्षेत्रामध्ये संविधानिक विचारगटांचे (Lobbies) प्रमाण कमी असल्यामुळे अनेक बदल तसेच सुधारणा जलद वेगाने राबवणे शक्य झाले. पण दुर्दैवाची गोष्ट अशी, की ह्या बदलत्या विचारप्रवाहात 'वड्याचे तेल वांग्यावर' स्वरूपाचे अनेक प्रकार घडले. ज्याचा दूरगामी दुष्परिणाम, पायाभूत सुविधांसारख्या महत्त्वाच्या क्षेत्राला मिळणाऱ्या वित्तसाहाय्यावर झाला व देश एका महत्त्वाच्या विशेषज्ञतेला (Specialisation) मुकला.

अधिक सविस्तरपणे सांगायचे झाले तर, जबरदस्त प्रमाणात वाढलेल्या वित्तीय तुटीची व सरकारी दिवाळखोरीची शास्त्रशुद्धपणे कारणमीमांसा करण्याचे सोडून, नवप्रवाहाच्या लाटेत आय.सी.आय.सी.आय किंवा आय.डी.बी.आय सारख्या विशेषीकृत वित्तीय संस्थांना तिलांजली देण्यात आली व त्यांचे रूपांतर व्यापारी बँकांत करण्यात आले. आय.सी.आय.सी.आयच्या भागभांडवलात खाजगी गुंतवणूकदारांचे प्रमाण अधिक असल्यामुळे ह्या संस्थेसाठी नवा मार्ग तुलनेने अधिक सुकर झाला. मात्र आय.डी.बी.आयच्या बाबतीत सततच्या सरकारी हस्तक्षेपामुळे हे संक्रमणही निर्विघ्नपणे पार पडले नाही.

जेव्हा ह्या संस्था वित्तसंस्था म्हणून काम करत होत्या तेव्हा त्यांची विशेषज्ञता रुपयांमधील तसेच विदेश चलनामधील दीर्घ मुदतीची व अधिक जोखमीच्या प्रकल्पांसाठीची कर्जे देण्यात होती. हे वित्तवाटप सरकारी मदतीच्या आधारे सरकारी पाठिंबा असलेल्या कर्जरोख्यांच्या साहाय्याने केले जायचे. मात्र, एकीकडे ढासळणारी अर्थव्यवस्था व दुसरीकडे सरकारी हस्तक्षेप, भ्रष्ट शासनव्यवस्था तसेच नरम अर्थसंकल्पीय निर्बंध ह्यांच्या एकत्र परिणामामुळे ह्या संस्थांची बुडीत कर्जे वाढली. कर्जरोख्यांवर आकारण्यात येणाऱ्या वाढीव व्याजाच्या दरांमुळे नफा आटला. ह्या सर्वांमुळे सरकारी मदतीऐवजी इतर व्यापारी बँकांप्रमाणे लोकांकडून जमा ठेवी गोळा करून त्यामधून कर्जे देणाऱ्या संस्थात ह्या विकास वित्तसंस्थांचे रूपांतर करण्यात आले. अशा प्रकारे झटपट प्रश्न सोडवण्याचा दुष्परिणाम पायाभूत सुविधा क्षेत्रांना मिळणाऱ्या वित्तसाहाय्यावर झाला. अथक प्रयत्नांमधून निर्माण केले गेलेले दीर्घमुदतीच्या प्रकल्पांचे यथायोग्य मूल्यमापन करण्याचे कौशल्य बघता बघता हद्दपार झाले. व्यापारी बँकांमध्ये ही विशेषज्ञता नसल्यामुळे ही नवीन जबाबदारी पेलवण्यात त्यांना पुरेसे यश मिळाले नाही. २००८च्या अरिष्टानंतर ह्या बँकांची पायाभूत क्षेत्रातील बुडीत कर्जे वाढण्यामागे जी अनेक कारणे आहेत, त्यापैकी हेदेखील एक आहेच. आता नव्याने झालेल्या सत्तांतरानंतर सरकारला एकाएकी जाणीव झाली आहे, की भारतीय अर्थव्यवस्थेला विकास वित्तसंस्थांची आत्यंतिक गरज आहे.

सध्या ज्या मोठ्या प्रमाणात वित्तीय समावेशनचा कार्यक्रम राबवण्यात येत आहे, त्याचाही कल नव्या संस्था, नव्या पद्धती विकसित करण्यावरच आहे. उदा. पेमेंट बँकांची स्थापना. पण अगोदरच अस्तित्वात असलेल्या ग्रामीण बँका, सहकारी ऋण समित्या ह्यांचं काय करायचं? वैद्यनाथन समितीच्या शिफारशीनुसार ह्या संस्थांचे पुनरुज्जीवन करण्यासाठी जवळपास चौदा हजार कोटी रुपयांचे साहाय्य करण्यात आले आहे. प्रचंड गुंतवणूक व अथक प्रयत्नांतून निर्माण केल्या गेलेल्या ह्या संस्थांकडे दुर्लक्ष करून कसे चालेल? त्यांना संजीवन देण्याची संधी आपण गमावत तर नाही? हे आपल्याला मान्य करावेच लागेल, की ह्या संस्थांचे जाळे, ग्रामीण संस्कृतीशी बांधली गेलेली त्यांची नाळ व त्यांचे बिझनेस मॉडेल हे व्यापारी बँकांपेक्षा खूपच निराळे आहे. ह्या संस्थांची कारकीर्द अयशस्वी होण्याचे कारण अकार्यक्षम व भ्रष्ट शासनव्यवस्था आहे, हे सर्वज्ञातच आहे. मग जोवर शासनव्यवस्थेची गुणवत्ता सुधारत नाही तोवर नवनवीन संस्थात्मक निर्मिती करून आपण काय साधणार आहोत?

आपलं वैफल्य अस्तित्वात असलेल्या संस्थांवर काढणे, हा खचितच उपाय होऊ शकत नाही. अस्तित्वात असलेल्या संस्थांचे व्यवस्थापन सुधारणे, भ्रष्ट शासनाच्या जाळ्यातून त्यांना मुक्त करणे, तांत्रिकदृष्ट्या त्यांना अधिक सक्षम बनवणे हे पर्याय आपण का स्वीकारत नाही?

माझ्या मते, नवीन सरकारने राष्ट्रीय कृषी व ग्रामीण विकास बँकेसारख्या महत्त्वाच्या संस्थेच्या साहाय्याने प्रस्थापित संस्थांची क्षमता वाढवण्यावर लक्ष केंद्रित केले तर तुलनेने कमीखर्चात वित्तीय समावेशन साध्य करता येईल. जमीन जुमल्याच्या रेकॉर्डस्‌चे संगणकीकरण, ग्रामीण अर्थव्यवस्थेची जाण असलेले कर्मचारी, आधारप्रकल्प इत्यादींवर लक्ष केंद्रित करण्याची जास्त गरज आहे.

१९६९च्या राष्ट्रीयीकरणानंतर सार्वजनिक बँकांच्या ग्रामीण शाखांसाठी प्रयत्नपूर्वक कृषिक्षेत्राची तसेच ग्रामीण भागांतील इतर उद्योगांची जाण असलेले तज्ज्ञ घेतले जायचे. ह्या विचारपूर्वक केलेल्या 'भरती'चा फायदा ग्रामीण भागांच्या विकासाला होत असल्याचे अनेक पुरावे सापडतात. मात्र कालौघात सततच्या बदल्या व अविवेकी धोरणांमुळे ह्या प्रकारची 'विशेषज्ञता' विरळ होत गेली व सार्वजनिक बँकांच्या ग्रामीण शाखांची कामगिरी खालावत गेली. आता तर दहा-बारा वर्षे नवीन भरतीच न केल्यामुळे सार्वजनिक क्षेत्रातील बँकांपुढे कर्मचारी तुटवड्याची मोठीच समस्या निर्माण झाली आहे व ह्या प्रश्नाने फक्त ग्रामीण शाखांपुरतेच नव्हे तर नागरी शाखांकरताही उग्र स्वरूप धारण केले आहे.

ह्या वर्षीच्या मे महिन्यात झालेल्या राजकीय बदलानंतर सध्या नव्याने गदा आली आहे ती नियोजन आयोगावर. १५ ऑगस्ट २०१४ रोजी राष्ट्रापुढे केलेल्या भाषणात पंतप्रधान मोदींनी नियोजन आयोगाची गरज संपुष्टात आल्याचे जाहीर करून ६५-६६ वर्षे कार्यरत असलेल्या संस्थेस अप्रस्तुत ठरवले आहे.

भारतासारख्या अविकसित देशाला स्वातंत्र्य मिळाल्यानंतर आर्थिक विकास साधण्याच्या प्रक्रियेला योग्य ती दिशा व गती देण्याच्या हेतूने नियोजन आयोगाची स्थापना करण्यात आली होती. पंचवार्षिक योजनांच्या आधारे निरनिराळ्या क्षेत्रांसाठी उत्पादनविषयक उद्दिष्टे ठरवून पाच वर्षांच्या कालावधीत ती साध्य करण्याचे प्रयत्न सुरू करण्यात आले. समाजवादी विचारसरणीने प्रभावित झालेल्या राजकीय नेत्यांनी व धोरणकर्त्यांनी अगदी कुठल्या प्रकारचे अन्नधान्य पिकवायचे, कुठले उद्योग विकसित करायचे, किती प्रमाणात (निरनिराळ्या क्षेत्रांमध्ये) गुंतवणूक करायची व कुठल्या बाजारपेठांमधून उत्पादित वस्तूंची विक्री करायची इत्यादी अनेक प्रकारच्या महत्त्वाच्या निर्णयांचे व्यवस्थापन, नियोजन आयोगामार्फत सुरू केले. उत्पादनाच्या प्रमाणापासून ते निरनिराळ्या क्षेत्रांना देण्यात येणाऱ्या सरकारी मदतीपर्यंत सर्व काही नियोजन आयोगाद्वारे ठरवण्यात येऊ लागले.

जसजशी भारतीय अर्थव्यवस्था (कूर्मगतीने का होईना) विकासाचे निरनिराळे टप्पे गाठत गेली व जसजशी बदलत्या आर्थिक विचारप्रवाहांनी प्रभावित होत गेली तसतसे मुक्त बाजारपेठ, खुला व्यापार व उद्योग, निरोगी स्पर्धात्मक वातावरण ह्या

संकल्पनांचा प्रवेश भारतीय आर्थिक जगात व अर्थकारणात झाला. सरकारी हस्तक्षेप हा उत्पादनात असण्याऐवजी वितरणात असावा व सरकारी प्रयत्नांचा भर निरोगी स्पर्धात्मक वातावरणाची निर्मिती व संरक्षण ह्यावर असावा, इत्यादी कल्पनांना गती मिळाली. गेल्या पंचवीस वर्षांत निर्माण झालेल्या नवीन आर्थिक वातावरणात नियोजन आयोगाची नक्की भूमिका काय असली पाहिजे, ह्यावर गेली अनेक वर्षे वाद चालू आहे. काँग्रेसयुक्त संयुक्त पुरोगामी आघाडीच्या सरकारने नियोजन आयोगाचे पूर्वापार चालत आलेले स्वरूप अप्रस्तुत ठरल्याचे मान्य केले असले तरीही, नियोजन आयोग बरखास्त करण्याची तयारी दाखवले नाही.

मात्र उत्पादनाची उद्दिष्टे किंवा वित्तवाटपासंबंधित निर्णय इत्यादी कामातून बाहेर पडून आर्थिक सुधारणा प्रक्रियेचे पर्यवेक्षण करण्याची जबाबदारी नियोजन आयोगाने स्वीकारावी, अशी इच्छा त्यांच्या नेत्यांनी अनेकदा व्यक्त केली होती. मात्र कुठल्याही प्रकारचे ठोस निर्णय घेण्यात कमकुवत ठरलेल्या ह्या सरकारने नियोजन आयोगाबाबतीतही आपले धोरण शेवटपर्यंत डळमळीतच ठेवले.

पंतप्रधान मोदींचे वक्तव्य मात्र अधिक स्पष्ट होते. नियोजन आयोग संपूर्णत: बरखास्त करून देशाच्या आर्थिक नेतृत्वाची वैचारिक धुरा सांभाळू शकणाऱ्या पर्यायी संस्थेची देशाला गरज आहे, हे मत त्यांनी स्पष्टपणे व गांभीर्याने मांडले. ह्या नवीन पर्यायी संस्थेने सूक्ष्म व्यवस्थापनात पडण्याऐवजी उद्योगांचे नियंत्रण, सरकारी वित्तीय बाबींचे मूल्यमापन व आर्थिक सुधारणांच्या कार्यक्रमाचे पर्यवेक्षण ह्या जबाबदाऱ्या अंगावर घ्याव्यात, असे त्यांनी सुचवले आहे.

ह्या संदर्भात काही ज्येष्ठ अर्थतज्ज्ञांनी व्यक्त केलेल्या प्रतिक्रिया लक्षात घेणे गरजेचे आहे.

ज्येष्ठ अर्थतज्ज्ञ व विचारवंत प्रो. नाचणे यांच्या मते भारतीय नियोजन आयोगाचे स्वरूप सोव्हिएत युनियनच्या गॉसप्लॅनपेक्षा नेहमीच निराळे होते. भारतीय नियोजक आयोगाने सूक्ष्मतम नियोजन कधीच केले नाही. मात्र, अर्थव्यवस्थेतील महत्त्वाच्या क्षेत्रांच्या आर्थिक वाढीतील समतोल सांभाळणे, अर्थव्यवस्थेसाठी दूरगामी योजना बनवणे, केंद्रीय सरकारकडून निरनिराळ्या राज्यांमध्ये केल्या जाणाऱ्या गुंतवणुकीचे पर्यवेक्षण करणे व एकूणच आर्थिक नियोजनास वैचारिक दिशा पुरवणे ह्या जबाबदाऱ्या पार पाडण्याचा प्रयत्न केला. साधारण १९९०-९१ पर्यंत नियोजन आयोगाच्या कामाचे हेच स्वरूप टिकून होते. मात्र, जागतिकीकरणाची प्रक्रिया सुरू झाल्यानंतर व आंतरराष्ट्रीय व्यापार खुला झाल्यानंतर ह्यातील काही बाबी अनाठायी ठरवल्या गेल्या. क्षेत्रीय आर्थिक वाढीमधील समतोल साधण्याच्या महत्त्वाच्या कार्याकडे दुर्लक्ष करण्यात आले. जे नवीन स्वरूप अर्थव्यवस्था धारण करत होती, त्यासाठी क्षेत्रीय स्तरावरील प्रयत्न, मुख्यत:

निर्यात वाढवण्याच्या संदर्भात, अतिशय आवश्यक होते. पण तसे प्रयत्न केले गेले नाहीत. 'मुक्त बाजारपेठ' विचारसरणीच्या अतिरिक्त प्रभावामुळे बाजारपेठांच्या कार्यक्षमतेवर अनन्यसाधारण विश्वास टाकण्यात आला. राजकीय निष्ठा व सोयीच्या (अनुकूल) विचारांनाच थारा देण्याची प्रवृत्ती बळावत गेली आणि विरोधी विचार वा मते ऐकून घेण्याची सहनशक्ती कमी झाली. ह्या सर्व प्रकारामुळे वैचारिक दिशा देण्यासाठी अस्तित्वात आलेला नियोजन आयोग राजकीय नेत्यांच्या हातातील बाहुले बनला.

नियोजन आयोगाचे मिश्र अर्थव्यवस्थेपासून मुक्त बाजारपेठ अर्थव्यवस्थेच्या दिशेने होणारे ''संक्रमण'' प्रभावीपणे न झाल्याचे खापर त्या संस्थात्मक रचनेवर फोडण्याऐवजी, देशातील राजकीय व आर्थिक विचारप्रणालीचे अंतर्निरीक्षण होणे अधिक गरजेचे आहे, जोपर्यंत हे प्रभावीपणे होत नाही, तोपर्यंत मोदींनी सुचवलेल्या नव्या संस्थात्मक रचनेच्या परिणामकारकतेविषयी खात्री देता येत नाही.

नितीन देसाईंसारख्या नागरी सेवेत अनेक वर्षे योगदान केलेल्या ज्येष्ठ अर्थतज्ज्ञांच्या मते नियोजनाच्या आशयात व प्रक्रियेत मूलगामी बदल केल्याशिवाय, मोदींनी सुचवलेल्या नव्या संस्थात्मक रचनेच्या यशाची खात्री देता येत नाही. विकासाच्या ज्या टप्प्यावर आज भारतीय अर्थव्यवस्था उभी आहे, तिथे स्थूल नियोजनाऐवजी विशिष्ट बाबींकडे, जसे की चीनसारख्या देशाचे वाढते महत्त्व, अमेरिकेचे पश्चिम आशियातील तेलसाठ्यावरचे सातत्याने कमी होणारे अवलंबित्व व ह्याचा तेलाच्या किमतीवर होणारा परिणाम, ऊर्जा व दळणवळणविषयक धोरणातील एकात्मकता, शहरीकरणाच्या प्रक्रियेतून उद्‌भवलेल्या समस्या, पर्यावरण व नैसर्गिक साधनसंपत्तीचा ऱ्हास, क्षेत्रीय स्तरावरील लोकसंख्येशी निगडित असमोल इत्यादी बाबींकडे काटेकोरपणे लक्ष पुरवण्याची गरज आहे. अर्थात अनेक खाजगी अर्थतज्ज्ञ व संस्था ह्या संदर्भातील संशोधनात गुंतलेले असतातच. मग वेगळ्या संस्थात्मक रचनेची गरजच काय, असा प्रश्न उद्‌भवतो. ह्यावर देसाईंचे म्हणणे असे आहे, की सरकारी क्षेत्रातील संशोधकाची निर्णय घेणाऱ्या व धोरणे ठरवणाऱ्या लोकांबरोबर जवळीक असते. मुख्यत: पंतप्रधान कार्यालयाशी त्यांचा जवळचा व सततचा संबंध असतो. त्यामुळे पंतप्रधानांची विकासाची धोरणे ठरवण्यासाठी जी सल्लागार समिती कार्यरत असते, त्याचे सेक्रेटेरिअट म्हणून ह्या संस्थेने काम करणे अधिक रास्त ठरेल. मात्र ह्या कामात अनेक खाजगी व कुठल्याही अधिकारपदावर नसलेले अर्थशास्त्रज्ञ, समाजशास्त्रज्ञ, विकासाच्या चळवळीत गुंतलेले कार्यकर्ते ह्यांचाही समावेश करायला हवा. मुख्यत: वैचारिक स्वातंत्र्याचा व विरोधी मताचा आदर करण्याची संस्कृती विकसित व्हायला हवी. वेगवेगळ्या विचारप्रवाहांच्या मंथनातून निर्णय घेतले जावेत. सूक्ष्मपणे उद्दिष्टे ठरवली गेली नाहीत तरीही अंदाज अनुमान व भाकिते वर्तवण्याची क्षमता असलेले अर्थतज्ज्ञ

कार्यरत असले पाहिजेत. नाहीतर जागतिक बँक किंवा आंतरराष्ट्रीय नाणेनिधींच्या 'उंटावरून शेळ्या हाकण्याच्या' प्रवृत्तींचा आपल्या अंतर्गत धोरणांवर होणारा विपरीत परिणाम आपण टाळू शकणार नाही. सर्वप्रथम हे लक्षात घेतले पाहिजे, की मुक्त अर्थव्यवस्थेतही नियोजनाची गरज असतेच. फक्त नियोजनाचे स्वरूप कालानुरूप व अर्थव्यवस्थेच्या बदलत्या गरजांनुसार बदलत असते. अमेरिकेसारख्या खुल्या बाजारपेठेतही नॅशनल ब्युरो ऑफ इकॉनॉमिक रीसर्चसारखी संस्था, अर्थव्यवस्थेच्या नियोजनाची वैचारिक धुरा (गेली ९४-९५ वर्षे) सांभाळताना दिसतेच की!

भारतीय नियोजन आयोगाच्या अकार्यक्षमतेसाठी, ह्या आयोगात कार्यरत असणाऱ्या माणसांची ढासळणारी गुणवत्ता हे मुख्य कारण मानले जाते. एन.सी.सक्सेना सारख्या नियोजन आयोगात काम केलेल्या तज्ज्ञांच्या मते गेल्या २५-३० वर्षात ह्या आयोगात काम करणाऱ्या नोकरशहांसाठी, आयोग हा एक प्रकारचा वाहनतळ बनून राहिला आहे. ह्याचे बरेचसे सभासद हे सत्ताधारी पक्षाशी संधान ठेवून असल्यामुळे त्यांची आयोगातील जागा टिकून राहिली आहे. जर हाच प्रकार नव्या संस्थात्मक रचनेतही सुरू राहिला, तर इतिहासाचीच पुनरावृत्ती घडू शकते. भारताच्या आर्थिक इतिहासाचे साक्षीदार असणाऱ्या अनेक अर्थतज्ज्ञांच्या मते, १९५०च्या दशकातील नियोजन आयोगाचे काम अतिशय प्रशंसनीय होते व ह्याची प्रामुख्याने दोन कारणे होती. पहिलं कारण असं, की देशासाठीच्या विकास योजनेचा स्पष्ट आराखडा धोरणकर्त्यांच्या हातात होता व दुसरं म्हणजे प्रत्येक महिन्यात एखादी नाविन्यपूर्ण कल्पना प्रत्यक्ष राबवण्याची ऊर्जाही त्यांच्यात होती.

आजच्या अर्थकारणात ह्या दोन्ही गोष्टींचा अभावच दिसून येतो. ह्या संदर्भात माझे अत्यंत आवडते कवी विं.दा. करंदीकर ह्यांची शाळेत असताना शिकलेली एक चारोळी आठवते.

इतिहासाचे अवघड ओझे
डोक्यावर घेऊन ना नाचा ।
करा पदस्थल त्याचे आणिक
चढुनी त्यावर भविष्य वाचा ।

१७

आर्थिक मंदी व स्त्रिया एक सम्यक दर्शन

आर्थिक घसरणीचा वा मंदीचा सर्वाधिक फटका हा मुलींना वा स्त्रियांना बसतो हे सर्वज्ञात आहे. २००८ पासून सुरू झालेल्या जागतिक मंदीच्या परिणामांचा जो अभ्यास व संशोधन गेल्या पाच-सहा वर्षात झाला आहे, त्यातून पुन्हा एकदा ही वस्तुस्थिती अधिक स्पष्टपणे पुढे आली आहे.

२००८ सालापासून सुरू झालेले आर्थिक (वित्तीय) अरिष्ट हे १९२९च्या जागतिक मंदीनंतरचे सर्वांत भयंकर असे आर्थिक व सामाजिक संकट समजले जाते. ज्या प्रगत राष्ट्रांमधून (अमेरिका, युरोप इत्यादी) ह्या अरिष्टाचा उगम झाला, तेथील बँका, कंपन्या, वित्तीय संस्थांना तसेच एकूण समाजाला ह्या अरिष्टाचा फटका प्रथम बसला व नंतर हळूहळू त्याची व्याप्ती ह्या प्रगत राष्ट्रांवर, व्यापार व गुंतवणुकीसाठी अवलंबून असणाऱ्या अनेक विकसनशील देशांपर्यंत पसरत गेली. विकसनशील व अप्रगत राष्ट्रांचे सामाजिक सुरक्षेचे कवच तकलादू असल्यामुळे ह्या देशांतील अनेक कुटुंबे दारिद्र्याच्या गर्तेत सापडली व मुख्य आर्थिक प्रवाहापासून दूर फेकली गेली.

ह्या अरिष्टानंतरच्या पाच वर्षांच्या काळात जगातील कमीतकमी ६० टक्के देशांमध्ये (प्रगत तसेच अप्रगत) कायमस्वरूपी बेरोजगारीचे प्रमाण जबरदस्त वाढले. ह्यामुळे दक्षिण युरोप, दक्षिण आशिया व अरब राष्ट्रांमधून सामाजिक तणावाचे प्रमाणही वाढले आहे. सामाजिक व राजकीय तणाव वाढलेल्या देशांमध्ये प्रामुख्याने सायप्रस, झेक रिपब्लिक, ग्रीस, इटली, पोर्तुगल, स्पेन, स्लोव्हेनिया या युरोपीय देशांचा, ट्युनिशिया, इजिप्त, सिरिया, लिबिया, टर्की, इराण, इराक ह्या अरब राष्ट्रांचा तसेच

चीन, भारत, पाकिस्तान व थायलंड ह्या आशियाई देशांचा समावेश होतो.

मात्र ह्या सर्वच देशांतील स्त्रिया ह्या मुख्यत्वे अनौपचारिक, कंत्राटी व नियमनकक्षेच्या बाहेर असलेल्या क्षेत्रांत काम करत असल्यामुळे स्त्रियांच्या वाट्यास आलेल्या आर्थिक नुकसानीचे प्रमाण पुरुषांच्या तुलनेत कितीतरी अधिक आहे.

अगदी अमेरिका व युरोपीय राष्ट्रांसारख्या प्रगत देशातूनही पुरुषांच्या तुलनेत स्त्रियांच्या वाट्याला अधिक प्रमाणात बेरोजगारी आली व साहजिकच दारिद्र्य रेषेखाली घसरलेले जीवनमान मोठ्या प्रमाणात स्त्रियांच्या व स्त्रियांवर अवलंबून असणाऱ्या कुटुंबाच्या वाट्यास आले. अमेरिकेसारख्या श्रीमंत देशाची सांख्यिकीही लैंगिक विषमतेवर झोत टाकते. जागतिक अरिष्टाच्या परिणामामुळे अमेरिकेतील फक्त स्त्रियांवर अवलंबून असलेल्या कुटुंबापैकी ३३ टक्के फक्त पुरुषांवर अवलंबून असलेल्या कुटुंबांपैकी १६ टक्के कुटुंबे गेल्या पाच-सहा वर्षांत दारिद्र्यरेषेखाली घसरली. मात्र विवाहित जोडप्यांवर अवलंबित कुटुंबासाठी हे प्रमाण फक्त ६ टक्के एवढेच आढळून आले. उद्योगक्षेत्रातील व वित्तक्षेत्रातील मंदीमुळे मुख्यत: पुरुषांच्या नोकऱ्या गेल्या असल्या तरीही सरकारी मदतीचा ओघ आटत गेल्यामुळे आर्थिक अरिष्टानंतरच्या पाच-सहा वर्षांत प्रगत देशांमधूनही सेवाक्षेत्रात (शिक्षण, रुग्णालये, उपहारगृहे व सार्वजनिक सेवा क्षेत्रे इ.) कार्यरत असलेल्या स्त्रियांच्या नोकऱ्यांवर मोठ्या प्रमाणात गदा आली. जे जगाच्या उत्तर भागात घडले त्यापेक्षा वेगळी परिस्थिती काही दक्षिण भागात नव्हती. जागतिक आर्थिक मंदीच्या तीव्रतेबरोबर निर्यातीसाठीची मागणी व परदेशी भांडवलाचा ओघ आटत गेल्यामुळे दक्षिणी देशांमधूनही बेरोजगारी व दारिद्र्याचे प्रमाण वाढले. इथेही अर्थातच लैंगिक विषमतेचे प्रमाण लक्षणीय पद्धतीने दिसून आले. द.कोरियातील निर्यातक्षेत्रातून कमी केलेल्या लोकांत स्त्रियांचे प्रमाण पुरुषांपेक्षा सात पटीने जास्त होते; भारतामध्येही कंत्राटी कामे करणाऱ्या तसेच अनौपचारिक क्षेत्रातून रोजगार कमावणाऱ्या अनेक स्त्रियांची कामे सुटली. २००४-०५ ते २००९-१० ह्या कालावधीत, आर्थिक व्यवहारात सहभागी होण्याचे भारतीय स्त्रियांचे प्रमाण ३७.३ पासून २९.० टक्क्यांपर्यंत घसरले. फिलिपिन्स ह्या देशाच्या राष्ट्रीय उत्पन्नापैकी ९.० टक्के एवढा भाग परदेशांतून पाठवलेल्या रकमांचा असतो व ह्या रकमा प्रामुख्याने स्थलांतरित झालेल्या स्त्रीवर्गाकडून येतात. अनेक गरीब फिलिपिनो स्त्रिया दुसऱ्या देशांमधून कमी वेतनाच्या नोकऱ्या करत फिलिपिन्समधील स्वत:ची कुटुंबे सांभाळतात. फिलिपिन्समधून स्थलांतरित झालेल्या लोकांत स्त्रियांचे प्रमाण ७० टक्के एवढे असल्यामुळे, जागतिक अरिष्टाचा मोठाच दुष्परिणाम फिलिपिनो स्त्रियांच्या अर्थार्जनावर व पर्यायाने त्यांच्या गरीब कुटुंबीयांच्या जीवनमानावर झाला.

द प्लॅन इंटरनॅशनल व ओव्हसीज डेव्हलपमेंट इन्स्टिट्यूटच्या जानेवारी २०१३

मधील अहवालानुसार जागतिक मंदीचा फारच विपरीत परिणाम मुली व स्त्रियांच्या सद्य स्थितीवर तसेच भवितव्यावर झाला आहे. सर्वांत महत्त्वाचे म्हणजे, आक्रसणाऱ्या जागतिक अर्थव्यवस्थेमुळे बालमृत्युचे प्रमाण पुनश्च वाढले असून, एकूण जगासाठी छोट्या मुलींचे मृत्यू छोट्या मुलांच्या मृत्यूपेक्षा पाच पटीने अधिक असल्याचे आढळून आले आहे. वर्ल्ड बँकेच्या संशोधनप्रमाणे जगाचे एकूण उत्पन्न एक टक्क्याने घटते तेव्हा प्रत्येक हजार मुलींतील सात मुली मरण पावतात, तर प्रत्येक हजार मुलांतील एक मुलगा मृत्यू पावतो.

आर्थिक मंदीमुळे जेव्हा दारिद्र्याचे प्रमाण वाढते, तेव्हा घराबाहेर पडून पैसे कमावण्यासाठीचा गरीब स्त्रियांवरील दबाव अधिकच तीव्र होतो. परिणामी घरकामाची च लहान भावंडांना सांभाळण्याची जबाबदारी त्यांच्या शाळेत जाणाऱ्या (मुळात शाळेमध्ये घातल्या असल्या तर,) अल्पवयीन मुलींवर पडते. आर्थिक विवंचनेमुळे बऱ्याचदा ह्या मुलींना शाळा सोडून देऊन घरकामाची जबाबदारी उचलावी लागते. आधीच शाळेत प्रवेश घेण्याची मारामार, त्यात आर्थिक चणचण सुरू झाली की शाळा तर सुटतेच, पण पुरेसे खायला-प्यायला न मिळाल्याने मुलींमधील कुपोषणाचे प्रमाण वाढते. पर्यायाने अल्पवयीन मुलींमधील रोगांचे व मृत्यूचे प्रमाण वाढते.

एकदा शाळा सुटली की परत शाळेला जाण्याची शक्यता बहुतांश मुलींसाठी संपुष्टात येते. भारतासारख्या गरीब देशात, मुख्यत्वे ग्रामीण भागातून आर्थिक मंदीच्या काळात अल्पवयीन मुलींची लग्ने करून दिली जातात किंवा त्यांना वेश्या व्यवसायात ढकलले जाते.

आर्थिक मंदीच्या गर्तेतून अर्थव्यवस्थांना बाहेर काढण्यासाठी ज्या उपाययोजना आखल्या जातात, त्या बहुतेक वेळा मुली व स्त्रियांच्या सक्षमीकरणाच्या दृष्टिकोनातून अनुकूल नसल्यामुळे आर्थिक मंदीतून देश बाहेर पडल्यानंतरही अनेक वर्षे मुलींना व स्त्रियांना ह्या मंदीचे दूरगामी दुष्परिणाम सोसावे लागतात.

श्रीमंत देशांमधूनही स्त्रियांची परिस्थिती फारशी वेगळी नाही. गेल्या काही महिन्यांपासून अमेरिकेसारख्या प्रगत राष्ट्रांच्या अर्थव्यवस्था सावरू लागल्या आहेत. ह्या देशातील केंद्रीय बँकांनी मोठ्या प्रमाणात वित्त निर्मिती करून व बुडायला टेकलेल्या वित्त संस्थांना/बँकांना वाचवून, आर्थिक प्रोत्साहनाच्या साहाय्याने ह्या देशांना मंदीच्या गर्तेतून बाहेर खेचण्यात बऱ्यापैकी यश मिळवले आहे. त्यामुळे आता लगेच दुसऱ्या बाजूने आरडाओरड सुरू झाली आहे.

अमेरिकेच्या 'ब्यूरो ऑफ लेबर स्टॅटिस्टिक्स'ने २०१३मध्ये प्रसिद्ध केलेल्या अहवालानुसार २००८मध्ये आढळलेल्या वित्तीय अरिष्टामुळे ज्या अनेक लोकांवर नोकऱ्या गमावून बसण्याची पाळी आली होती, त्यापैकी बहुतेक स्त्रियांना २०१३

सालापर्यंत गमावलेल्या नोकऱ्या पुन्हा मिळाल्या असून बेकार पुरुषांचे प्रमाण मात्र उजवेच राहिले आहे. लगेच ओरड सुरु झाली, की ही आर्थिक मंदी मूलत: पुरुषमंदी (mancession) असून 'स्त्री उपलब्धी' (she-recovery) आहे. आपापल्या सोयीप्रमाणे निरनिराळ्या राजकीय प्रणालीच्या लोकांनी ह्या निरीक्षणाचा फायदा स्वत:ची स्वार्थी कार्यावली पुढे दामटण्यासाठी करून घेतला असला तरीही ह्या परिस्थितीमागची कारणे व्यथित करणारीच आहेत.

अमेरिकेतील बहुतेक स्त्रिया ह्या कमी वेतन देणाऱ्या सेवाक्षेत्रांमध्ये काम करत असल्यामुळे, जसे की उपहारगृहे, फुटकळ विक्री, शिक्षणक्षेत्रे, हॉटेल्स, नर्सिंग, घरगुती आरोग्य सेवा क्षेत्र इत्यादी, तुलनेने त्यांच्यासाठीच्या नोकऱ्यांची पुनर्निर्मिती झपाट्याने झाली. ह्याउलट बहुतांश अमेरिकी पुरुष हे उद्योग, बांधकाम वा वित्त क्षेत्रातील अधिक वेतनाच्या नोकऱ्या करत असल्यामुळे त्यांच्यासाठीची नोकऱ्यांची उपलब्धी तुलनेने मंद वेगाने होत राहिली व होते आहे.

मंदावलेलल्या अर्थव्यवस्थेत पुरुष पारंपरिकपणे ज्या उच्च वेतनाच्या नोकऱ्या करत असतात, त्यांची निर्मितीही मंदावते. ह्याउलट सेवा क्षेत्रातील कमी वेतनाच्या नोकऱ्या गरजेपोटी झपाट्याने निर्माण केल्या जातात. ह्या नोकऱ्यांच्या पुनर्निमितीसाठी विशेष भांडवलाची गरज नसते. त्यामुळे मंदीनंतरच्या तात्काळ आर्थिक परिस्थितीत नेहमीच स्त्रियांचे बरे चालले आहे असे वाटले तरीही ह्याचे मूळ अतिशय कमी दर्जाच्या नोकऱ्यांत स्त्रिया अडकून पडलेल्या असतात, हेच आहे व ही दुर्दैवी वस्तुस्थिती आहे.

अप्रगत राष्ट्रांकरता, आर्थिक संकटांचा स्त्री-पुरुष रोजगारनिर्मितीवर कसा परिणाम होतो, ह्याविषयी खात्रीलायक अदमास बांधणे तसे कठीणच आहे. इतकी ह्या विषयावरील माहिती अपुरी आहे. तसेच प्रगत व अप्रगत राष्ट्रांतील स्त्रियांच्या राजकीय किंवा सामाजिक,आर्थिक परिस्थितीतही जमीनअस्मानाचा फरक आहे. एकंदरीतच मानवी विकास निर्देशांक उत्तम असलेल्या देशांच्या (उदा. नॉर्वे, ऑस्ट्रेलिया, अमेरिका, जर्मनी, न्यूझीलंड इत्यादी) तुलनेत मानवी विकास निर्देशांक खालावलेल्या देशात (उदा. भारत, पाकिस्तान, बांगला देश, नेपाळ, कंबोडिया, घाना, इंडोनेशिया इत्यादी) स्त्रियांसाठीची परिस्थिती अधिक विषम असणार, हे उघड आहे. फिलीपिन्ससारखे देश जे स्थलांतरित स्त्रियांच्या उत्पन्नावर मोठ्या प्रमाणात अवलंबून असतात, तिथल्या स्त्रियांसाठी परस्पर-संलग्न जगातील आर्थिक संकटे खूपच भयंकर ठरतात, हे उघड आहे. त्यात २००८ पासून सुरू झालेल्या जागतिक अरिष्टाचा फटका निरनिराळ्या देशांना निरनिराळ्या मात्रांमध्ये बसला असल्यामुळे, त्यांच्यामध्ये घडून आलेले आर्थिक व सामाजिक उत्पातही निरनिराळ्या प्रकारचे व क्षमतांचे होते. उदाहरणार्थ, अमेरिका व युरोप ह्या प्रांतात, जिथून ह्या अरिष्टाची सुरुवात झाली, तिथे

ह्या अरिष्टाचे सर्वाधिक परिणाम सुरुवातीच्या काही वर्षात (२००८-२०१२) अधिक प्रमाणात आढळले. जसजशी ह्या अरिष्टाची व्याप्ती वाढत गेली तसतसे त्याचे दुष्परिणाम इतर देशांवर मुख्यत: भारतासारख्या विकसनशील देशांवर २०११, २०१३, २०१४ ह्या वर्षांत अधिक प्रमाणात जाणवले. ह्या देशांतील स्त्री रोजगार समस्येचा विचार करता स्त्रियांचे वय; त्यांचा आर्थिक, सामाजिक व वांशिक वर्ग; त्यांचे काम स्वत:च्या देशातच आहे की त्या स्थलांतरित कामगार आहेत, ह्या सर्व गोष्टींचा परिणाम त्यांच्या नोकऱ्यांवर झाला असणार. ह्या सर्व गोष्टींचे तपशील विकसनशील देशांकरता मिळणे तितकेसे सोपे नाही.

मात्र, आर्थिक मंदीसंबंधीत आत्तापर्यंतच्या अनुभवातून काही गोष्टी ठळकपणे पुढे आल्या आहेत. प्रथम म्हणजे जगातील अनेक देशांत विशेषकरून विकसनशील देशात बहुसंख्य स्त्रिया ह्या कंत्राटी किंवा अनौपचारिक किंवा नियंत्रणकक्षेच्या बाहेर असणाऱ्या क्षेत्रात (जसे की कृषिक्षेत्र, गृहोद्योग, लघुउद्योग स्थलांतरित होऊन करावी लागणारी कामे इ.) कामे करत असल्यामुळे आर्थिक संकटांनंतर त्यांच्या नोकऱ्या सुटण्याची शक्यता खूप मोठी होती.

दुसरं म्हणजे आर्थिक संकट किंवा अरिष्ट हे स्त्रियांचा रोजगार सुटण्याचं पहिलं कारण असलं तरीही आर्थिक संकटाला आटोक्यात आणण्यासाठी जी उपाययोजना केली जाते ती उपाययोजनाही बहुतेक वेळा स्त्रियांसाठीच्या संधी वाढवण्यासाठी अनुकूल नसते. कारण बहुतेकवेळा ह्या उपाययोजनेचा भर सरकारी खर्च कमी करणे, खाजगी क्षेत्राचे कर्जावरील अवलंबित्व कमी करणे, वेतनावरील खर्च कमी करणे इत्यादी गोष्टींवर असल्यामुळे नवीन नोकऱ्यांची निर्मिती झपाट्याने होऊ शकत नाही.

आर्थिक संकटामुळे किमती व वेतनाचे दर घसरले व देशांची स्पर्धात्मकता वाढण्याची शक्यता निर्माण झाली तरीही अनेक प्रकारच्या 'आवश्यक' खर्चांनाही आळा घातला गेल्यामुळे आर्थिक सुधार पडून येण्यास जरूरीपेक्षा जास्त वेळ लागतो.

ह्यामुळेच अनावश्यक खर्च कमी केले तरीही योग्य ते सरकारी खर्च चालू राहणे (उदा. शिक्षण, आरोग्य, संशोधन, लघु उद्योग, निर्यात क्षेत्रे, पायाभूत सुविधाक्षेत्रे इत्यादी) रोजगार निर्मितीच्या योजना डोळसपणे राबवल्या जाणे, सामाजिक सुरक्षेचे जाळे भक्कम बनवणे ह्या गोष्टींकडे केवळ कल्याणकारी योजना म्हणून न बघता, आर्थिक संकटांतून अर्थव्यवस्थांना वेगाने बाहेर काढण्यासाठीचे आवश्यक उपाय म्हणून बघितले पाहिजे, असे अनेक अर्थतज्ज्ञांना वाटते.

२००८ सालच्या जागतिक अरिष्टानंतर बहुसंख्य देशात ज्या उपाययोजना राबवण्यात आल्या, त्याचे मुख्यत: दोन टप्पे होते.

पहिल्या टप्प्यात (२००८-२०१०) पायाभूत सुविधा निर्माण करण्यावर भर

देण्यात आला. उद्योगांना करमाफी व अर्थसाहाय्य देण्यात आले. सार्वजनिक क्षेत्रातील रोजगार कृत्रिमपणे वाढवण्याचे प्रयत्न झाले, बेकार माणसे तसेच सेवानिवृत्त लोकांसाठी जास्तीचे फायदे देण्यात आले. केंद्रीय बँकांनी अर्थव्यवस्थांमधील पैशाची द्रवता वाढवली व व्याजाचे दर झपाट्याने कमी करत आणले. ह्या उपाययोजनांद्वारे स्थगित स्थितीतील अर्थव्यवस्थांना प्रोत्साहित करण्याचे प्रयत्न बहुसंख्य देशांमधून केले गेले.

मात्र ह्या सगळ्या उपायांमुळे ह्या देशांच्या सरकारी तिजोऱ्यांमधली आर्थिक तूट भरमसाठ प्रमाणात वाढली. डळमळीत झालेल्या अर्थव्यवस्था पूर्णपणे सावरण्याआधीच, मग खर्चांना आवर घालण्याच्या उपाययोजनांनी जोर धरला. त्यामुळे जागतिक अरिष्टानंतरच्या दुसऱ्या टप्प्यात (२०१०-२०१३) खर्चांना आळा घालण्यासाठी मोठया प्रमाणात सार्वजनिक प्रकल्पांवरचा व्यय कमी करण्यात आला. सार्वजनिक क्षेत्रातून वेतनवाढीवर तर निर्बंध आलेच पण बऱ्याच ठिकाणी वेतनकपातही केली गेली, अन्न व दळणवळणासाठीचे अर्थसाहाय्य कमी केले गेले, सामजिक सुरक्षा उपाययोजनांवरील खर्चात कपात केली गेली, पेन्शन कमी करण्यात आली इत्यादी.

ह्या दोन्ही टप्प्यांतील उपाययोजनांमध्ये स्त्रीविषयक गरजांचा व जाणिवांचा संपूर्णत: अभाव होता. मुख्य म्हणजे बहुतांश स्त्रिया ज्याप्रकारची कंत्राटी कामे करतात किंवा ज्या अनौपचारिक क्षेत्रांतून कामे करतात त्या क्षेत्रांकडे संपूर्णपणे दुर्लक्ष झाले. लघुउद्योग करणाऱ्या स्त्रियांच्या कर्जाच्या गरजा दुर्लक्षित राहिल्या. स्थलांतरित स्त्रियांचे प्रश्न दुर्लक्षित राहिले. मुख्य म्हणजे पौष्टिक अन्न वितरण, आरोग्यसुविधा व शैक्षणिक प्रकल्पांवरचे खर्च कमी करण्याचे सर्वात जास्त विपरीत परिणाम गरीब मुली व स्त्रियांवर झाले.

आत्तापर्यंतच्या आर्थिक संकटानंतरच्या उपाययोजनांचा इतिहास हेच दाखवून देतो, की बहुतेक देशांमधून स्त्रीविषयक गरजांच्या जाणिवा वेळेत होत नाहीत व उशिराने आकलन झालेल्या गोष्टी परिणामकारकपणे राबवताही येत नाहीत.

बहुतेक देशांच्या एकूण आर्थिक व वित्तीय धोरणांमध्ये वा कार्यक्रमांमध्ये स्त्रियांना विशेष महत्त्व नसल्याने आर्थिक मंदीचे अनेकांगी विपरीत परिणाम मुलींना व स्त्रियांना अनेक वर्षे सोसावे लागतात. ह्या संदर्भात अलीकडच्या काळात अपवादात्मक ठरलेल्या दोन देशांची उदाहरणे सतत कानावर येतात. संयुक्त राष्ट्रसंघाच्या अनेक परिषदा, चर्चासत्रांतून तसेच अर्थतज्ज्ञांच्या संशोधन-निबंधातून ह्या देशांची उदाहरणे सतत समोर येत राहतात. हे दोन देश म्हणजे स्वीडन व अर्जेंटिना. ह्या दोन्ही देशांनी त्यांच्यावर कोसळलेल्या अतिबिकट अशा आर्थिक संकटांचा सामना करत असताना, स्त्रियांच्या सामाजिक व आर्थिक प्रश्नांना महत्त्वाचे स्थान दिले व संकटांवरील उपाययोजनांमध्ये स्त्रियांना अनुकूल अशा विकासयोजनांचा समावेश केला. मुख्य

म्हणजे, ह्या व्यूहतंत्राचा जबरदस्त फायदा ह्या देशांना आर्थिक संकटांमधून सुरळीतपणे बाहेर पडण्यासाठी झाला.

१९९०च्या दशकात वित्तक्षेत्राच्या उदारीकरणानंतर स्वीडन ह्या देशाला काही गंभीर आर्थिक समस्यांना तोंड द्यावे लागले. इतर देशातून स्वीडनमध्ये मोठ्या प्रमाणात आलेल्या भांडवलाच्या प्रवाहातून उद्योगांना अतिरेकी प्रमाणात कर्जे दिली गेली, गुंतवणुकीचे व उपभोगाचे प्रमाण जरूरीपेक्षा अधिक वाढल्याने अर्थव्यवस्था असंतुलित बनली व पर्यायाने किंमत- फुगवट्याच्या प्रश्नाने उग्र स्वरूप धारण केले. जेव्हा कृत्रिमरीत्या वर चढलेल्या किमती व बाजार कोसळू लागले, तेव्हा अर्थातच मोठ्या प्रमाणात बँका व कंपन्यांची दिवाळखोरी माजली व बेरोजगार बेसुमार प्रमाणात वाढला. स्वीडनला तीव्र अशा आर्थिक मंदीला तोंड द्यावे लागले व स्वीडनचे चलनही झपाट्याने कोसळले.

ह्यावर स्वीडनने जी उपाययोजना आखली, त्यात अर्थव्यवस्थेला रांकेवर आणण्याचे नेहमीचे उपाय तर होतेच (जसे की बँका व उद्योगांचे मजबुतीकरण, चलन-मूल्याची दुरुस्ती इत्यादी) पण अनेक कल्याणकारी योजनाही स्त्रीविषयक गरजांना मध्यवर्ती ठेवून राबवल्या गेल्या. उदाहरणार्थ, सार्वजनिक क्षेत्रातून खास स्त्रियांकरता रोजगार निर्माण केला गेला, तरुणांसाठीच्या रोजगाराच्या संधी वाढाव्यात म्हणून जी उपाययोजना केली त्यातही स्त्रियांसाठी पन्नास टक्के जागांची तरतूद केली. वेतनासाठीच्या त्रिदलीय संस्थात्मक वाटाघाटीतही सामाजिक प्रश्नांचा व स्त्रियांचा विचार केला गेला. सामान्यपणे, आर्थिक संकटाच्या काळात, कौटुंबिक योजनांमधून पालकांसाठीची हक्काची रजा, पाळणाघरांसाठी खास अर्थसाहाय्य वगैरे बाबींचा फेरविचार केला जातो. पण स्वीडनने हे होऊ दिले नाही, उलट ह्या योजनांचा विस्तार केला.

आर्थिक संकटानंतरच्या उपाययोजनेत स्त्रियांचा व पर्यायाने सामाजिक स्वास्थ्याचा विचार केला गेल्यामुळे बिकट आर्थिक परिस्थितीतही स्वीडनमधील प्रजननाचा वेग कमी झाला नाही. कुठलेही दूरगामी नुकसान झाले नाही. तुलनेने कमी व्ययात व अधिक वेगाने स्वीडन बिकट आर्थिक संकटाच्या अवस्थेमधून बाहेर पडला.

अर्जेंटिनावर २००१-०२मध्ये कोसळलेले आर्थिक अरिष्ट अधिकच तीव्र होते. ह्या काळात अर्जेंटिनाचे राष्ट्रीय उत्पन्न २० टक्क्यांने कोसळले होते व दारिद्र्याचे प्रमाण दुप्पट झाले होते. ह्या काळात ह्या देशाच्या चलनाला अमेरिकी डॉलरपासून विलग केले गेले होते.

ह्या देशानेही आर्थिक संकटातून सावरण्यासाठी जी उपाययोजना केली होती, तिचा भर उत्तमप्रतीचा रोजगार वाढवण्यावर व सामाजिक सुरक्षिततेचे जाळे विस्तारण्यावर

होता. ह्या उपाययोजनेत सर्व प्रकारच्या श्रमिकांना, सेवा योजनांना व सांघिक सौद्यांना प्राधान्य दिले होते. किमान वेतनाची पातळी वाढवली होती व काटेकोर अंमलबजावणीसाठी सरकारी नियंत्रणाची कार्यक्षमता वाढवली होती. वेतनासाठीच्या सांघिक सौद्यात स्त्रियांना प्राधान्य दिले होते. किमान वेतनाची पातळी वाढवली जाण्याचा अर्जेंटिनातील स्त्रियांना जबरदस्त फायदा झाला. इतर उपाययोजना, जसे की पेन्शनचे व्याप्तीक्षेत्र वाढवणे; लहान मुले व पौगंडावस्थेतील तरुणासाठींचे सामाजिक सुरक्षिततेचे फायदे वाढवणे; सार्वजनिक क्षेत्रातील कामे तसेच गृहबांधणी, निर्यातक्षेत्रांना प्रोत्साहन देणे इ. मुळे अर्जेंटिनातील विषमता कमी होण्यास मदत झाली. अनौपचारिक क्षेत्रांत काम करणाऱ्या स्त्रियांसाठी रोजगारनिर्मिती, सामाजिक सुरक्षा इ. उपाययोजना फायद्याच्या ठरल्या. २००२ ते २००९ ह्या कालावधीत अर्जेंटिनामधील रोजगार ७० टक्क्यांनी वाढला व ह्या देशाचे उत्पन्न प्रतिवर्ष ९.० टक्के ह्या वेगाने वाढत राहिले. अगदी २००८ सालच्या जागतिक अरिष्टालाही अर्जेंटिनाने इतर विकसनशील देशांपेक्षा अधिक सक्षमपणे तोंड दिले.

ह्या सर्वांचे सार एवढेच, की बरेचदा आर्थिक संकटांनंतरच्या उपाययोजनांत, अनावश्यक खर्चांबरोबर आवश्यक खर्चातही कपात केली जाते, ज्यामुळे सामाजिक स्वास्थ्याचा तोल बिनसत जातो.

अति विस्तारलेल्या बँकांचे व वित्तीय संस्थांचे नियंत्रण काटेकोर करण्याऐवजी वित्तीय बाजारातील अनैतिक व्यवहारांना आळा घालण्याऐवजी, अन्न, ऊर्जा व चलनदराचे उत्तम नियमन करण्याऐवजी, बाजारपेठांची स्पर्धात्मकता टिकवण्याचे प्रयत्न करण्याऐवजी धडाधड खर्च कमी केले जातात. ह्यामुळे पोषक आहार, आरोग्य सुविधा, शिक्षण व स्वच्छतागृहे इ. वरील खर्चातही कपात केली जाते. ज्याचे दूरगामी विपरीत परिणाम प्रामुख्याने गरीबांना व गरीब वर्गातील छोट्या मुली व स्त्रियांना सोसावे लागतात. ह्याउलट उपाय योजनांचा भर हा ‘कामगार व सेवायोजनांवर असेल; सार्वजनिक क्षेत्रे, लघुउद्योग, निर्यातक्षेत्र, कृषिक्षेत्र तसेच दुर्लक्षित अनौपचारिक क्षेत्रांमधून रोजगार निर्मिती वाढवण्यावर असेल; सामाजिक सुरक्षा व्यवस्थेचे जाळे गरिबांसाठी अर्थसहाय्य व मूलभूत गरजा भागवण्यासाठीच्या सुविधा विस्तारण्यावर असेल; लघुउद्योग करणाऱ्या स्त्रीपुरुषांसाठी माहिती तंत्रज्ञान, कर्जपुरवठा, मार्केटिंग, प्रशिक्षण इ. सुविधा पुरवण्यावर असेल तर अर्थव्यवस्थांचे सक्षमीकरण घडून येण्यास मदत होते.विकसनशील देशांमधून आजमितीला खूप मोठ्या संख्येने बायकांना विनावेतन काम करावे लागते. आर्थिक संकटांचा इतिहास हेच दाखवून देतो, की आवश्यक खर्चात कपात करणाऱ्या देशांत विनावेतन काम करण्याऱ्यांच्या संख्येत भर पडत जाते व ह्या मुख्यत्वे स्त्रियाच असतात.

''स्त्रियांच्या गरजा लक्षात घेऊन केलेल्या उपाययोजना'' ही कुठलीही धर्मार्थ किंवा सेवाभावी कृती नाही. उलट स्त्रियांचे हित मध्यवर्ती ठेवून केलेल्या उपाययोजनांमुळे आर्थिक वाढ व विकासाचा दर उत्तम पातळीवर टिकवून ठेवण्यात मदत होते. हेच स्वीडन व अर्जेंटिनाच्या उदाहरणावरून दिसून येते. ह्या देशांतील विषमता तर कमी झाली आहेच पण सामाजिक तणावाचे प्रमाणही ह्या देशांत जवळपास नाही, हे सत्य आहे.

लेखक-परिचय

डॉ. रूपा रेगे नित्सुरे

डॉ. रूपा रेगे नित्सुरे ह्या लार्सन ॲन्ड टुब्रो फायनॅन्स होल्डिंग्स मध्ये 'समूह प्रमुख अर्थतज्ज्ञ' म्हणून मार्च २०१५ पासून कार्यरत आहेत. त्यापूर्वी बारा वर्षे, त्या बँक ऑफ बडोदात मुख्य अर्थतज्ज्ञ, व त्यापूर्वी चौदा वर्षे आय.सी.आय.सी.आय.मध्ये (वित्तीय संस्थेत तसेच बँकेत) 'ज्येष्ठ अर्थतज्ज्ञ' म्हणून कार्यरत होत्या. जागतिक तसेच देशांतर्गत अर्थव्यवस्थांमधील महत्त्वाच्या घडामोडींचे व धोरणांचे विश्लेषण करून, त्याआधारे उद्योग, गुंतवणूक, आदान, जोखीम प्रबंधन आदींसाठी मार्गदर्शन करणे तसेच महागाई, व्याजदर, विदेशी चलन दर, वित्त-प्रवाह इत्यादींची भाकिते करून, औद्योगिक नियोजनास तसेच कोषागार व्यवस्थापनास साहाय्य करणे हा त्यांच्या कार्याचा महत्त्वाचा भाग आहे. बँक ऑफ बडोदात असताना त्या निवेशक संबंध विभागाच्याही प्रमुख होत्या व बँकेसाठी देशांतर्गत तसेच विदेशी मार्केट्समधून भांडवल उभारणीमध्ये त्यांनी मोलाची कामगिरी बजावली होती. डॉ. रूपा रेगे नित्सुरे ह्यांनी भारतीय सरकार तसेच रिझर्व्ह बँकेने नेमलेल्या अनेक महत्त्वाच्या समितींवर सदस्य म्हणून काम केले आहे. अलीकडचेच उदाहरण द्यायचे झाले तर भारतासाठी, २०१४ पासून जी नवीन चलन-विषयक धोरणांची रचना करण्यात आली आहे, ती सुचविणाऱ्या डॉ. ऊर्जित पटेल समितीच्या त्या सदस्या होत्या. त्या अर्थशास्त्र संशोधन व अध्यापनाशी संबंधित अनेक संस्थांच्या व विद्यापीठीय विभागांच्या तसेच कॉर्पोरेट-क्षेत्रातील काही महत्त्वपूर्ण वित्तीय संस्थांच्या संचालक मंडळांवरही कार्यरत आहेत. त्यांनी पुण्यातील गोखले अर्थशास्त्र संस्थेमधून एम.ए., एम.फिल व पीएच.डी. केले आहे.

www.ingramcontent.com/pod-product-compliance
Ingram Content Group UK Ltd.
Pitfield, Milton Keynes, MK11 3LW, UK
UKHW021657190726
13853UKWH00001B/315

9 788184 836868